Kiswahili Übungsheft 3

Sebastian Müller

Bibliografische Information der Deutschen Nationalbibliothek:
Die Deutsche Nationalbibliothek verzeichnet diese Publikation in der
Deutschen Nationalbibliografie; detaillierte bibliografische Daten sind im
Internet über http://dnb.dnb.de abrufbar.

Zeichnungen (Cover): Deodatius D. Lyimo (mit freundlicher Genehmigung von
Mission EineWelt)

Herstellung und Verlag: BoD – Books on Demand, Norderstedt

ISBN: 9783755755845

VORWORT

Du hast Dir bereits grundlegende Grammatik des Kiswahili und ein Grundvokabular angeeignet und möchtest beides durch Übungen nochmals vertiefen? Dann ist dieser Übungsband hervorragend für Dich geeignet. Der Übungsband ermöglicht gezielt Schritt für Schritt erlernte Grammatik als auch Vokabeln zu trainieren und Gelerntes zu festigen.

Vor Dir hast Du den dritten Band der Reihe ‚Kiswahili Grammatik und Vokabel Training'. Jeder Band orientiert sich an der Struktur der Unterrichtsmaterialen der Sprachkurse von Mission EineWelt ‚Sprachkurs Kiswahili' 1-4. Die Sprachkursmaterialien sind direkt über Mission eine Welt zu beziehen bzw. werden in den Präsenzkursen bereitgestellt. Für nähere Informationen zu den Kursen und Sprachkursmaterialien siehe https://mission-einewelt.de. Du hast den Sprachkurs nicht besucht? Die Übungen sind so aufgebaut, dass auch Interessierte den Band für ein erfolgreiches Training nutzen können, die den Sprachkurs nicht besucht haben. Mit einem Basis-Knowhow der Grammatik und einem Wörterbuch zur Hand oder einem Online-Dictionary sind auch die Vokabeln in greifbarer Nähe und es kann losgehen mit den Lernerfolgen.

Der Übungsband ist speziell für das selbstständige Training gestaltet. TEIL 1 liefert Dir dafür abwechslungsreiche Übungsformate zu Grammatik, Vokabeln und Floskeln. Um eine Lernkontrolle zu ermöglichen, werden Dir die Lösungen zu den Übungen im TEIL 2 gleich mitgeliefert.

Ich wünsche Dir viel Freude und die Möglichkeit durch die Übungen das Erlernte zu verstätigen, so dass sich durch einen sicheren Umgang mit dem Kiswahili vielfältige Begegnungen ermöglichen. Viel Spaß

Sebastian Müller

INHALT

TEIL 1 ÜBUNGEN

1. Marudio ya kozi ya 2 – Wiederholungen zu Kurs 2

1.1. Zoezi la kwanza/ Erste Übung: Verneinte Satzbildung mit Subjektpräfix, Zeitsilbe und Verbstamm

Unganisha sentensi na utafsiri unaofaa. – Verbinde den Satz mit der passenden Übersetzung.

Hajaenda sokoni.	Zweifellos wird du nicht satt.
Sisomi kitabu chake.	Ich will/ möchte nicht schlafen gehen
Hawakupita hapa.	Er ist noch nicht zum Markt gegangen.
Hatukurudia zoezi la pili.	Ich lese sein Buch nicht.
Bila shaka hutashiba.	Sie kamen hier nicht vorbei.
Sitaki kwenda kulala.	Er/ Sie/ Es ist nicht müde.
Hajachoka.	Wir haben Übung 2 nicht wiederholt.

1.2. Zoezi la pili/ Zweite Übung: [ji/ma]-Klasse

Chagua neno linalofaa. Halafu tafsiri. – Wähle das passende Wort aus. Danach übersetze.

1. fungo – dawa – maji   Nilinunua ___ moja la maembe.
2. malengo – neno – maji   Mtoni kuna ___ mengi.
3. fungo – dawa – maji   Je, utakunywa ___?
4. matunda – maziwa – gari   Ameendesha ___ lake polepole.
5. sokoni – kanisani – shambani   Kila jumapili wanasali ___.
6. Masanduko – maua – maji   Alibeba ___ mawili mazito.

1. _____

2. _____

3. _____

4. _____

5. _____

6. _____

1.3. Zoezi la tatu/ Dritte Übung: Namba – Zahlen

Andika namba zifuatazo kwa maneno. – Schreibe die folgenden Zahlen in Wörtern aus.

8 _____

12 _____

35 _____

50 _____

88 _____

100 _____

220 _____

689 _____

2022 _____

5300 _____

8000 _____

200.000 _____

500.000 _____

750.000 _____

1.4. Zoezi la nne/ Vierte Übung: Adjektive und Zahlwörter

Ordne zu: Adjektive oder Zahl? – Panga: Viumishi au namba?

matamu, msafi, watano, kimoja, minane, kidogo, matano, vizuri, sita, kumi, kuzuri, viwili, mirefu, ghali, tisa, wasafi, minne, mdogo

Umoja – Einzahl	Wingi – Mehrzahl

1.5. Zoezi la tano/ Fünfte Übung: -ngapi, -ote, -ingi- und -ingine – 'Wie viele, alle, viele, andere'

Tafsiri sentensi zifuatazo. – Übersetze die folgenden Sätze.

1. Umeona watu wangapi?

_____

2. Umeona watu wote?

_____

3. Umeona watu wengi?

_____

4. Umeona watu wengine pia?

_____

5. Umekula matunda mangapi?

_____

6. Umekula tunda lote?

_____

7. Umekula matunda yote?

_____

8. Umekula matunda mengi?

_____

9. Umekula matunda mengine pia?

_____

10. Umenunua mikate mingapi?

_____

11. Umenunua mikate mingi?

_____

12. Umenunua mikate yote?

_____

1.6. Zoezi la sita/ Sechste Übung: Das Suffix -ni für Präpositionen der Richtungs- und Ortsanweisung

Tafsiri sentensi zifuatazo. – Übersetze die folgenden Sätze.

1. Nimenunua mikate mitatu dukani.

_____

2. Je, umefika shuleni leo asubuhi?

_____

3. Hapana, sijafika shuleni. Nilienda mtoni kupumzika.

_____

4. Na kesho utaenda mtoni tena au utapumzika nyumbani?

_____

5. Hapana kesho nitasafiri. Nitaenda milimani kutalii.

_____

6. Safari njema. Lini utarudi mjini? Labda Jumatano.

_____

1.7. Zoezi la saba/ Siebte Übung: [m/mi]-Klasse

Chagua neno linalofaa. Halafu tafsiri. – Wähle das passende Wort aus. Danach übersetze.

1. miti – milima – miguu   Nilikata ____ mitatu shambani.

2. mimea – miezi – mito   Umekaa Tanzania ____ mingapi?

3. mpaka – mkeka – mgomba   Nani atalala kwenye ____?

4. mtu – mguu – mwezi   ____ unaumwa.

5. mswaki –migomba– miti   Ninapiga ____ asubuhi na jioni.

6. mlima – maziwa – maji   Kilimanjaro ni ____ mrefu.

7. mwaka – mimi - mchicha   Umezaliwa ____ gani?

8. mwezi – mwizi - mwaka   ____ ameiba nini?

1. _____

2. _____

3. _____

4. _____

5. _____

6. _____

7. _____

8. _____

1.8. Zoezi la nane/ Achte Übung: Lokativ mit -ko, -po, -mo

Unganisha neno na -ko, -po, -mo inayofaa. — Verbinde das Wort mit der passenden Form von -ko, -po, -mo.

a)

1.	Kikapu	iko shambani.
2.	Visiwa	yapo?
3.	Mkeka	upo chumbani?
4.	Migomba	yupo gerezani?
5.	Mwizi	viko karibu au mbali?
6.	Wanasiasa	halipo!
7.	Shaka	kiko wapi?
8.	Sokoni mayai	wako Dodoma?

1. _____

2. _____

3. _____

4. _____

5. _____

6. _____

7. _____

8. _____

b)

1.	Kijiko	uko karibu na kibanda?
2.	Viazi	lipo?
3.	Mwembe	kiko jikoni?
4.	Mikeka	wako shambani?
5.	Mwalimu	yupo shuleni.
6.	Wakulima	limo kwenye kikapu.
7.	Embe	yapo shambani bado?
8.	Mananasi	iko wapi?
9.	Yai	yamo kwenye kikapu.
10.	Mayai	vipo?

1. _____

2. _____

3. _____

4. _____

5. _____

6. _____

7. _____

8. _____

9. _____

10. _____

1.9. Zoezi la tisa/ Neunte Übung: Verneinung -ko, -po, -mo in der Gegenwart

Unganisha sentensi na utafsiri unaofaa. – Verbinde den Satz mit der passenden Übersetzung.

a)

Mkulima hayuko.	Die Künstlerinnen sind nicht dort.
Mwanamke hayupo.	Die Kinder sind nicht im Zimmer.
Mwanfunzi hayumo darasani.	Der Bauer ist nicht dort.
Wasanii hawako.	Die Diebe sind nicht hier.
Wizi hawapo.	Die Frau ist nicht hier.
Watoto hawamo chumbani.	Die Schülerin ist nicht in der Klasse.

b)

Kitambaa hakiko.	Das Tuch ist nicht in der Tasche.
Kitambaa hakipo hapa.	Die Tücher sind nicht hier.
Kitambaa hakimo mfukoni.	Die Tücher sind nicht dort im Laden.
Vitambaa haviko dukani.	Das Tuch ist nicht dort.
Vitambaa havipo.	Das Tuch ist nicht hier.
Vitambaa havimo kabatini.	Die Tücher sind nicht im Schrank.

2. Nominalklassen Teil 4 [n/n]-Klasse

2.1. Zoezi la kwanza/ Erste Übung: Nominalklassen 2 [ji/ma]

Unganisha neno na utafsiri unaofaa. – Verbinde das Wort mit der passenden Übersetzung.

a)

ndizi	Computer
nyumba	Flugzeug
nyama	Problem
kompyuta	Banane
ndege	Regen
siku	Haus
mvua	Tag
shida	Schlange
nyoka	Fleisch

b)

nguo	Kuh
kalamu	Kleidung; Kleidungsstück
ndege	Kraft
nguvu	Stift
saa	Gefahr
chumvi	Vogel
hatari	Uhr/ Stunde
ng' ombe	Salz

c)

njaa	Lampe
njia	Arzt
karatasi	Mittel/ Medikament
habari	Straße/ Weg
taa	Kokosnuss
chupa	Sonne
nazi	Hunger
daktari	Neuigkeit
dawa	Moskito
mbu	Papier
jua	Flasche

d)

kahawa	Kleid
ndugu	Freund
suruali	Verwandte/r
gauni	Hose
chai	Hut
sukari	gr. Schwester
kofia	Kaffee
rafiki	Rock
dada	Tee
sketi	Zucker

2.2. Zoezi la pili/ Zweite Übung: Nominalklassen 1 [ji/ma]

Chagua neno lilio sahihi. Halafu tafsiri.– Wähle das richtige Wort aus. Danach übersetze.

1. sururali – karatasi – ndizi   __ zinaota kwenye mgomba.

2. suruali – daktari – ndege   Nimepeleka _____ kwa fundi.

3. ndege – kofia – mbu   ___ imetua uwanjani.

4. nazi – mvua – chai   Naomba ___ ya maziwa.

5. sukari – sketi – ng'ombe   Umevaa ___ nzuri sana.

6. njia – kahawa – chupa   Utakunywa chai au ___ ?

7. daktari – dakika – dawa   Leo asubuhi ___ ameenda hospitalini kuona wagonjwa.

1. _____

2. _____

3. _____

4. _____

5. _____

6. _____

7. _____

3. ka-Narrativ

3.1. Zoezi la kwanza/ Erste Übung: ‚ka-Narrativ'

Tafsiri sentensi zifuatazo. – Übersetze die folgenden Sätze.

1. Baraka alienda dukani, akanunua nyama, akarudi nyumbani.

_____

2. Watoto waliamka asubuhi, wakaenda shule, wakasoma, wakarudi nyumbani, wakacheza mpira.

_____

_____

3. Baada ya kucheza mpira, watoto walipumzika, halafu wakala chakula cha jioni, wakapiga mswaki, wakaenda kulala.

_____

_____

4. Klaus na Silke walifika uwanja wa ndege, wakashuka, wakachukua mizigo, wakaenda kuchukua taxi, wakaenda hotelini.

_____

_____

5. Wakulima walienda shambani, wakavuna, wakapeleka mizao sokoni, wakauza mizao na kurudi nyumbani.

_____

_____

3.2. Zoezi la pili/ Zweite Übung: ‚ka-Narrativ'

Kamilisha sentensi zifuatazo kwa kutumia '-ka- Narrativ'. Halafu tafsiri.
– Verfollständige die folgenden Sätze mit dem -ka-Narrativ. Danach
übersetze.

Mfano:

> Neema alienda sokoni **–chagua** mboga, **-lipa**, **-rudi** nyumbani.
> *Neema alienda sokoni, akachagua mboga, akalipa, akarudi nyumbani.*

1. Fundi **-fika** dukani, mteja **-leta** kitambaa, **-shona** suruali, **-lipwa** pesa nyingi, **-furahi.**

_____

_____

_____

2. (Sisi) **-toka** njee, **-vaa** viatu, **-enda** milimani.

_____

_____

3. (Yeye) alienda kituoni, **-kata** tiketi, **-panda** basi, **-ondoka.**

_____

_____

4. Mama **-enda** jikoni, **-pika** chai, **-amsha** watoto, pamoja mama na watoto **-nywa** chai, -shiba.

_____

_____

_____

5. Caro aliingia ndani, **-washa** taa, **-washa** tv, **-subiri** wageni hadi jioni lakini hawakufika.

_____

_____

_____

6. Daktari alifika kazini, **-kutana** na mwuguzi, pamoja **-kenda** kuonana na wagonjwa, mwuguzi **-leta** madawa.

_____

_____

_____

_____

7. Mgeni alipiga hodi, **mwenjeji -enda** mlangoni, **-fungua** mlango, mgeni **-ingia**.

_____

_____

8. Nilihisi njaa, **-nunua** chipsi, **kula**, **-shiba**.

_____

_____

9. Nilisoma saa, **-ona** nimechelea, **-ondoka** haraka.

_____

_____

4. hu-Habitualis

4.1. Zoezi la kwanza/ Erste Übung: ‚hu-habitualis'

Unganisha sentensi na utafsiri unaofaa. – Verbinde die Sätze mit der passenden Übersetzung.

a)

Ijumaa mimi hucheza mpira.	Früchte verderben schnell in der Sonne.
Kawaida yeye husoma kiswahili jioni.	Jeden Tag putzen wir uns 2 mal die Zähne.
Kila siku sisi hupiga mswaki mara mbili.	Freitags spiele ich (für gewöhnlich) Fußball.
Matunda huoza haraka juani.	Normalerweise lernt er abends Kiswahili.

b)

Mimi huenda kazi jumatatu hadi ijumaa.	Kinder begrüßen (für gewöhnlich) Ältere.
Wakristo huenda kanisani jumapili.	Ich gehe Montags bis Freitags arbeiten.
Kawaida yeye husafiri mara moja kwa mwaka.	Für gewöhnlich verreist er/ sie einaml pro Jahr.
Watoto huamkia wakubwa.	Christen gehen (für gewöhnlich) Sonntags in die Kirche.

c)

Waislamu husali mara tano kwa siku.	In Deutschland sprechen die Menschen Deutsch.
Yeye husikiliza redio kila jioni.	Montags gehen sie nach der Arbeit zum Sport.
Jumatatu wao huenda mazoezini baada ya kazi.	Wir feiern für gewöhnlich mit der ganzen Familie.
Ujerumani watu husema kijerumani.	Reiche haben (für gewöhnlich) große Autos.
Matajiri huwa na magari makubwa.	Er hört jeden Abend Radio.
Sisi husherekea na familia mzima.	Muslime beten fünf mal täglich.

d)

Tanzania umeme hukatiki mara kwa mara.	In Tansania gehen Kinder acht Jahre zur Grundschule.
Mama hupenda kuimba kabla ya kwenda kulala.	Deutsche begrüßen sich für gewöhnlich kurz.
Hucheka kila siku.	Er/Sie lacht täglich.
Wajerumani husalimiana kwa ufupi.	Mutter mag es für gewöhnlich vor dem Schlafengehen zu singen.
Tanzania watoto husoma miaka minane katika shule ya msingi.	In Tansania gibt es ab und zu Stromausfälle.

4.2. Zoezi la pili/ Zweite Übung: ‚hu-habitualis'

Badilisha vitenzi vilivyomo kwenye mabano kujaza sentensi zifuatazo kwa kutumia hu-. Halafu tafsiri. – Verwende die Verben in der Klammer um einen Satz mit hu- zu bilden. Danach übersetzte

a)

1. Mzee Hussein _____ mskitini kila ijumaa. (-enda)

2. Kila siku watoto _____ mambo mapya shuleni. (-soma)

3. Kila mwaka wakulima _____ mazao. (-vuna)

4. Mimi _____ matunda na mboga sokoni tu. (-nunua)

5. Nchini Tanzania watalii _____ mlima wa Kilimanjaro. (-panda).

6. Pia _____ Zanzibar na Serengeti. (-tembelea)

1. _____

2. _____

3. _____

4. _____

5. _____

6. _____

b)

1. Mbwa mkali _____ wizi haraka. (-fukuza)

2. Watalii wengi _____ na wanyama wa porini. (-vutiwa)

3. Mimea _____ haraka baada ya mvua. (-ota)

4. Treni _____ kuondoka na kufika. (-chelewa)

5. Asubuhi Baraka na Neema _____ chai ya maziwa. (kunywa)

6. Watoto _____ mapema. (-amka)

7. Haba wa haba _____ kibaba. (-jaza)

1. _____

2. _____

3. _____

4. _____

5. _____

6. _____

7. _____

4.3. Zoezi la tatu/ Dritte Übung: ‚hu-habitualis'

Soma habari hapo chini, kisha jibu maswali yanayofuata. – Lies den Text unten, anschließend beantworte die nachfolgenden Fragen.

Ninaitwa Upendo. Mimi ni moto wa Baraka na Neema. Mimi ni mwanafunzi. Kila wiki huenda shule jumatatu hadi ijumaa. Jumamosi huenda twishon. Asubuhi huamka mapema, hunywa chai na huenda shule. Husoma kwa bidi hadi mchana. Baada ya shule hurudi nyumbani. Nyumbani hula chakula ya mchana na kubumzika. Baada ya chakula huenda nje kucheza na marafiki. Jioni hurudi nyumbani na kuandaa chakula cha jioni pamoja na mama. Kawaida hula chakula cha jioni kabla baba hajarudi nyumbani. Kabla sijaenda kulala huosha vyombo. Kawaida mimi huenda kulala mapema kwa sababu huchoka mapema.

1. Upendo hufanya nini kila wiki jumatatu hadi ijumaa?

_____

2. Jumamosi Upendo huenda wapi?

_____

3. Upendo hucheza wapi na marafiki?

_____

4. Upendo hurudi nyumbani jioni au usiku?

_____

5. Mchana Upendo hucheza na nani?

_____

6. Asubuhi Upendo hufanya nini?

_____

7. Upendo hufanya nini na mama jioni?

_____

8. Baada ya kurudi nyumbani Upendo hufanya nini huko?

_____

9. Je, Upendo hula chakula kabla baba hajarudi nyumbani?

_____

8. Upendo hufanya kazi gani kabla hajaenda kulala?

_____

9. Kwa nini Upendo huenda kulala mapema?

_____

5. Aina ya mavazi – Bekleidung

5.1. Zoezi la kwanza/ Erste Übung: Aina ya mavazi – Bekleidung

Unganisha msamiati na utafsiri unaofaa. – Verbinde die Vokabel mit der passenden Übersetzung.

a)

shati	Pullover
viatu	Kleid
chupi	Hemd
suruali	Hose
sketi	Schuhe
gauni	Rock
sweta	Unterhose

b)

koti	Anzug
suti	kurze Hose
sidiria/sidiria	BH
kaptula	Kanzu/ arab. Herrengewand
kofia	Hijab
hijabu	Jacke
kanzu	Mütze

5.2. Zoezi la pili/ Zweite Übung: Aina ya mavazi – Bekleidung

Soma mazungumzo ya hapo chini, kisha tafsiri. – Lies die folgende Unterhaltung, anschließend übersetze.

Antoni: …Ala Maria! Umevaa gauni! Unapendeza! Mimi nitavaa shati, sweta na suruali. Au unasemaje?

Maria: Kwa nini unataka kuvaa sweta? Kumbuka, leo kuna joto. Bora kuvaa shati la mikoni mirefu. Linafaa zaidi.

Antoni: Ni kweli shati lintasho mchana. Lakini, je unakumbaka? Jioni tumepanga kwenda milimani. Kuna baridi milimani, si ndiyo?

Maria: Hapo sawa. Basi na mimi nitachukua sweta. Je, si utabeba sweta langu?

Antoni: Ndiyo. Hakuna shida. Usisahau kuweka sweta lako kwenye begi langu. Nimeshaweka sweta langu na kofia yangu.

Maria: Haya asante. Ngoja, nitaweka kitambaa pia. Begi liko wapi?

Antoni: Begi liko sebuleni. Pale mlangoni karibu na makoti.

Maria: Sawa, basi vaa viatu au tuatachelewa…

_____

_____

_____

_____

_____

_____

_____

_____

_____

_____

_____

_____

_____

5.3. Zoezi la tatu/ Dritte Übung: Aina ya mavazi – Bekleidung

Soma tena mazungumzo, kisha jibu maswali yafuatayo kwa kuchagua majibu yaliyo sahihi. – Lies die folgende Unterhaltung erneut, anschließend beantworte die nachfolgenden Fragen indem du die richtigen Antworten auswählst.

Je, Antoni anapenda nguo za Maria?	a) Ndiyo, kwa hivyo anasema kwamba Maria anapendeza.
	b) Hapendi gauni lake.
	c) Anapenda gauni lake.
Antonio anataka kuvaa nini?	a) Anataka kuvaa chupi tu.
	b) Anataka kuvaa sweta.
	c) Anataka kuvaa gauni.
Maria anakubali?	a) Anakubali.
	b) Anashauri kuvaa shati, badala ya sweta.
	c) Hakubali.
Maria anashauri nini?	a) Anashauri kukumbuka hali ya hewa na kuvaa nguo tofauti.
	b) Anashauri kuvaa shati.
	c) Maria hashauri.
Kuna hali ya hewa gani leo yaani hali ya hewa ikoje?	a) Kuna baridi.
	b) Kuna joto mchana. Ni bora kuvaa shati.
	c) Milimani kuna joto zaidi .
Nani atatoka nje na sweta?	a) Hakuna mtu.
	b) Maria na Antoni watatoka na masweta. Yamo kwenye begi.
	c) Maria tu atatoka na sweta.

Maria anavaa sweta tayari?	a) Ndiyo, anavaa sweta na kupendeza.
	b) Ndiyo, anavaa sweta la Antoni.
	c) Havai sweta. Anavaa gauni.
Kwa nini wanatoka na sweta?	a) Wanatoka na sweta kwa sababu watakwenda milimani na milimiani kuna baridi.
	b) Wanatoka na sweta kwa sabubu hawapendi gauni wala shati.
	c) Wanatoka na sweta kwa sababu ya joto.
Antonio na Maria wameweka nini na nini kwenye begi?	a) Wameweka chakula na maji.
	b) Wameweka masweta, kofia na suruali.
	c) Wameweka masweta, kofia na kitambaa.
Nani anabeba sweta?	a) Maria anabeba begi lake.
	b) Antoni anbeba begi la Maria.
	c) Antoni anabeba begi lake.
Begi liko wapi?	a) Begi limepotea.
	b) Begi liko sebuleni.
	c) Begi liko karibu na makoti.

6. In der Moschee

6.1. Zoezi la kwanza/ Erste Übung: In der Moschee

Soma simulizi, kisha tafsiri. – Ließ die Erzählung, dann übersetze.

Juma na wazazi wake ni Waislamu. Kama wazazi wake Juma husali mara tano kwa siku. Siku ya Ijumaa hakosi kwenda kusali msikitini. Waislamu wengi Tanzania huvaa kanzu nyeupe siku ya Ijumaa. Juma pia huvaa kanzu siku ya Ijumaa. Dada yake Juma ni Khadija. Yeye huvaa baibui nyeusi. Khadija na mama yake husali nyumbani. Juma huenda kusali msikitini. Msikitini Juma huingia baada ya kuvua viatu. Pia yeye hujitawadha. Msikitini Juma husali na watu wengi. Baada ya salah ya Ijumaa Juma hurudi nyumbani na hukula chakula na famila na wageni na hupumzika.

_____

_____

_____

_____

_____

_____

_____

_____

_____

6.2. Zoezi la pili/ Zweite Übung: In der Moschee

Jibu maswali yafuatayo. – Beantworte die folgenden Fragen.

1. Je Juma ni mkristo au mwislamu?

_____

2. Juma husali mara ngapi kwa siku?

_____

3. Siku ya ijumaa Juma husali wapi?

_____

4. Siku ya Ijumaa Juma huvaa suruali na shati?

_____

5. Khadija huvaa nini?

_____

6. Je Juma huvua au havui viatu kabla hajaingia msikitini?

_____

7. Je msikitini Juma husali na watu wachache au watu wengi?

_____

8. Je, baada ya salah ya Ijumaa Juma huenda shuleni?

_____

9. Juma hufanya nini Ijumaa baada ya kula chakula?

_____

7. -ki- der Gleichzeichtigkeit (...als/ während...)

7.1. Zoezi la kwanza/ Erste Übung: -ki- der Gleichzeichtigkeit

Unganisha sentensi na utafsiri unaofaa. – Verbinde den Satz mit der passenden Übersetzung.

a)

Alituona tukikaa nje.	Sie sahen der Fähre zu während sie aus dem Hafen auslief.
Aliimba tukiingia kanisani.	Sie sahen das Auto während es gegen die Mauer fuhr.
Tuliwasikia wakilia kwa sauti kubwa.	Er sah uns als wir draußen saßen.
Walitazama meli ikiondoka bandarini.	Wir hörten sie als sie laut weinten.
Waliona gari likigonga na ukutua.	Sie sang als wir in die Kirche eintraten.

b)

Tulimpongeza akiingia.	Wir hörten sie als sie einzutreten versuchten.
Walituona tukila.	Sie hörten ihn, während er im Zimmer Lärm machte
Tulisikia wakijaribu kuingia ndani.	Wir gratulierten ihm als er eintrat.
Walimsikia akipiga kelele chumbani.	Ich sah sie als sie diese Dinge gestern im Laden kaufte.
Nilimwona akinunua vitu hivi dukani jana.	Sie sahen uns während wir aßen.

7.2. Zoezi la pili/ Zweite Übung: -ki- der Gleichzeichtigkeit

Tafsiri sentensi zifuatazo kwa Kijerumani. – Übersetze die folgenden Sätze ins Deutsche.

1. Tulimwona simba akiwinda.

_____

2. Tuliwapiga picha wakicheza ngoma.

_____

3. Uliwaona wakipita?

_____

4. Alimwona mwalimu akiwachapa watoto.

_____

5. Mgonjwa akamwita dakatri akipita.

_____

6. Wanafunzi walimsalimia mwalimu akiingia darasani.

_____

7. Walimtazama mwalimu kwa makini akiwafundisha.

_____

8. Alitoka nje mvua ikinyesha.

_____

9. Alituona tukiingia.

_____

8. -ki- der Bedingung (Wenn... dann...)

8.1. Zoezi la kwanza/ Erste Übung: -ki- der Bedingung

Unganisha sentensi na utafsiri unaofaa. – Verbinde den Satz mit der passenden Übersetzung.

a)

Mkilala wizi wataingia.	Wenn ihr in die Kirche eintretet, werden sie beginnen zu singen.
Mkiingia kanisani wataanza kuimba.	Wenn ihr einschlaft, werden die Diebe hereinkommen.
Kisu kikiendelea kutumiwa atatafuta kingine.	Wenn die Fähre früh abfährt werden sie nicht rechzeitig sein um die Fähre zu besteigen
Meli ikiondoka mapema hawatawahi kupanda meli.	Wenn das Messer weiter benutzt werden wird, wird sie ein anderes suchen..

b)

Ukitia vidole kwenye sufuria utaumia kwa sababu maji yanachemka.	Wenn Du das Essen draußen lässt, wird der Hund alles fressen.
Tukisimama mtabaki kukaa?	Wenn wir stehen werdet ihr sitzen bleiben?
Joto ikizidi matunda yataoza.	Wenn Du Deine Finger in den Topf steckst wirst Du Dir weh tun, denn das Wasser kocht.
Ukiacha chakula chako nje, mbwa atakula chote.	Wenn es heißer wird, werden die Früchte verfaulen.

8.2. Zoezi la pili/ Zweite Übung: -ki- der Bedingung

Tafsiri sentensi zifuatazo kwa Kijerumani. – Übersetzte die folgenden Sätze ins Deutsche.

1. Wakipiga kelele tutakimbia nje.

_____

2. Majina yenu yakitangazwa nendeni!

_____

3. Kikombe kikivunjika sitanunua kingine.

_____

4. Mkisoma kwa bidii mtajua Kiswahili haraka.

_____

5. Akifanya kazi bustanini huchelewa kurudi ndani.

_____

6. Akipanda gari la ndugu yake atafika mapema.

_____

7. Tukipata mshahara yetu tutanunua vitu vingi.

_____

8. Mkinunua tiketi ya treni leo mtaweza kusafiri kesho.

_____

9. Mvua ikichelewa hatutaweza kupanda viazi wala mhindi.

_____

8.3. Zoezi la tatu/ Dritte Übung: -ki- der Bedingung

Tafsiri sentensi zifuatazo kwa Kiswahili. – Übersetzte die folgenden Sätze ins Kiswahili.

1. Wenn Du Kiswahili sprichst, werden sich die Menschen freuen.

_____

2. Wenn Du ein anderes Lied singen willst, sag es nur.

_____

3. Wenn das Telefon klingelt (-lia), gehe ich raus.

_____

4. Wenn er die Straße hier überquert, wird er mit einem Daladala zusammenstoßen.

_____

5. Wenn das Kind weint, wird die Mutter zurückkommen.

_____

6. Wenn die Gäste ankommen, werden wir zusammen essen.

_____

7. Wenn Du in die Stadt gehst, vergiss Dein Geld und Telefon nicht.

_____

8. Wenn Du das Zimmer verlässt, mach das Licht aus.

_____

9. Wenn Du zum Laden geht's, kaufe Toilettenpapier.

_____

9. Verneinung von -ki- durch -sipo-

9.1. Zoezi la kwanza/ Erste Übung: Verneinung von -ki- durch -sipo-

Unganisha sentensi na utafsiri unaofaa. – Verbinde den Satz mit der passenden Übersetzung.

a)

Msipolala mtachoka mapema kesho.	Wenn ihr heute keine Tickets kauft, könnt ihr morgen nicht reisen.
Msipopita sokoni hamtaweza kununua vitambaa.	Wenn ihr nicht schlaft, werdet ihr morgen früh müde werden.
Usipopunguza bei sitainunua.	Wenn Du den Preis nicht senkst, werde ich es nicht kaufen.
Msiponunua ticket leo hamtaweza kusafiri kesho.	Wenn ihr nicht auf den Markt geht, werden ihr keine Tücher kaufen können.

b)

Usipokumbuka sema tu.	Wenn er seine Medizin nicht einnimmt, wird er krank.
Asipomeza dawa lake ataumwa.	Wenn Du Dich nicht erinnerst, sag es einfach.
Joto isipozidi matunda hayataoza.	Wenn ihr nicht genug Wasser trinkt, werdet ihr krank werden.
Msipokunywa maji ya kutosha mtaumwa.	Wenn es nicht heißer wird, werden die Früchte nicht verfaulen.

9.2. Zoezi la pili/ Zweite Übung: Verneinung von -ki- durch -sipo-

Tafsiri sentensi zifuatazo kwa Kijerumani. – Übersetzte die folgenden Sätze ins Deutsche.

1. Asipopiga kelele hatutatoka nje.

_____

2. Msipofanya mazoezi mtasahau kiswahili

_____

3. Maji yasipotosha sema tu. Nitaleta mengine.

_____

4. Msiposoma kwa bidii hamtajua Kiswahili haraka.

_____

5. Asipopumzika wikiendi huanza kuchoka haraka.

_____

6. Matunda yasipoiva tutanuna mengine sokoni.

_____

7. Polisi wasiposimamisha gari letu njiani tutafika mjini mapema.

_____

8. Chakula kisipotosha ataleta kingine.

_____

9. Madawa yakiisha atakwenda kununua mengine.

_____

10. Ukichelewa kituoni utakosa basi yako.

_____

9.3. Zoezi la tatu/ Dritte Übung: Verneinung von -ki- durch -sipo-

Tafsiri sentensi zifuatazo kwa Kiswahili. – Übersetzte die folgenden Sätze ins Kiswahili.

1. Wenn Du nicht Kiswahili sprichst, verstehen sie nicht.

_____

2. Wenn Du kein Lied singst, wird sie nicht tanzen.

_____

3. Wenn zwei Tassen nicht reichen, bringen wir andere Tasssen.

_____

4. Wenn er die Straße nicht hier überquert, wird er mit einem Daladala zusammenstoßen.

_____

_____

5. Wenn das Kind kein Geschenk bekommt, wird es weinen.

_____

6. Wenn die Gäste nicht kommen, werden wir nicht zusammen essen können.

_____

7. Wenn Du nicht in die Stadt gehst, kannst Du Dein Geld und Telefon zurücklassen.

_____

8. Wenn Du das Zimmer nicht verlässt, mach die Fenster nicht zu.

_____

10. Satzbildung mit Objektsilbe

10.1. Zoezi la kwanza/ Erste Übung: Satzbildung mit Objektsilbe

Unganisha sentensi na utafsiri unaofaa. – Verbinde den Satz mit der passenden Übersetzung.

a)

Hajamwona.	Er schlug mich mit einem Stock.
Alinunua kisu, akakiweka mfunkoni.	Ein Auto stieß mit ihm auf der Straße zusammen.
Tuliwaita wote kwa majina yao.	Sie sah die Kleindung im Laden, ging hinein und kaufte sie.
Alinichapa na fimbo.	Sie hat ihn noch nicht gesehen.
Gari ilimgonga barabarani.	Wie riefen sie alle bei ihren Namen.
Aliona nguo dukani, akainga, akazinunua.	Er kaufte ein Messer und packte es in die Tasche.
Walimsalimia.	Sie begrüßten ihn/sie.

b)

Ndege ilipaa na kuwaacha uwanjani.	Wir haben sie nach Hause zurück gebracht.
Mama alimwita mtoto wake.	Er wird sie Zuhause treffen.
Aliwaona wakiingia.	Die Mutter rief ihr Kind.
Tuliwarudisha nyumbani.	Ich will/ möchte ihn nicht wiederstehen.
Atawakuta nyumbani.	Er sah sie als sie eintraten.
Sitaki kumwona tena.	Das Flugzeug hob ab und ließ sie auf dem (Flug)Feld zurück.

10.2. Zoezi la pili/ Zweite Übung: Satzbildung mit Objektsilbe

Chagua Objektsilbe inayofaa. Halafu tafsiri. – Wähle die passende Objektsilbe aus. Danach übersetze.

1. wa – m – li – u – zi   Mwalimu ame ____ uliza wanafunzi maswali mengi.

2. mw – i – zi – ku – na   Nimepanda mihogo. Nita__vuna baada miezi michache.

3. li – ki – vi- ya – ma   Maembe yameoza. Uta__tupa?

4. ya – ku – ki – li – vi   Chakula kiko tayari. Nime____weka mezani.

5. wa – ki – cha – vya   Basi imejaa abiria. Ita____peleka hadi kijijini.

6. m – cha – wa – tu   Mbu wame__ng'ata sote!

1. _____

2. _____

3. _____

4. _____

5. _____

6. _____

10.3. Zoezi la tatu/ Dritte Übung: Satzbildung mit Objektsilbe

Kamilisha sentensi zifuatazo kwa kutumia „Objektsilbe" Halafu tafsiri -
Vervollständige die folgenden Sätze mit der Objektsilbe. Danach
übersetze.

1. Kitabu kiko chumbani. Nenda chumbani, uta____ona pale.

_____

2. • Matunda yapo? □ Ndiyo, yamebaki matatu. Uta__nunua yote?

_____

3. Watalii wameona wanyama wengi porini na ku__ piga picha nyingi.

_____

4. • Ninakupenda. Je una__penda pia? □ Hapana, si___pendi!

_____

5. Yeye alikuwa mwalimu wetu. Una___kumbuka?

_____

6. Matunda yameiva tayari, tuta___kula jioni.

_____

7. Polisi wame___kamata mwizi na ku___peleka gerezani.

_____

8. Treni imechelewa kufika, nendeni haraka steheni na mta__kuta.

_____

9. Sioni simu yangu. Je, ume__ona?

_____

10.4. Zoezi la nne/ Vierte Übung: Satzbildung mit Objektsilbe

Tafsiri sentensi zifuatazo. Übersetze die folgenden Sätze.

1. • Watoto wakikusalimia shikamoo, utajibu nini?
   □ Nitajibu marahaba.

_____

_____

2. Asubuhi alinunua vitu vingi sokoni, mchana akavileta nyumbani.

_____

3. Wageni hawakutumia visu wala vijiko. Nilivirudisha jikoni.

_____

4. Wadudu waliingia jikoni usiku. Niliwaua wote asubuhi na dawa kali.

_____

5. Nimesahau zawadi nyumbani. Nitaileta kesho.

_____

6. Lini nitakuona tena?

_____

7. Je, utamtembelea rafiki yako kesho?

_____

8. • Je, utanipigia simu kesho?
   □ Ndiyo, nitakupigia simu mchana au jioni.

_____

_____

10.5. Zoezi la tano/ Fünfte Übung: Satzbildung mit Objektsilbe

Tafsiri kwa Kiswahili. Übersetze ins Kiswahili.

1. Ich liebe Dich.

_____

2. Wir haben Euch gestern in der Kirche gesehen.

_____

3. Wenn Du sie auf dem Markt siehst, komm schnell nachhause zurück.

_____

4. Das Auto hat sie alle drei angefahren/angestoßen.

_____

5. Er hat Dich gerufen. Hast Du ihn gehört?

_____

6. Ich habe ihn nicht gehört. Aber ich werde ihn fragen, warum er mich gerufen hat.

_____

_____

7. Wir haben die Tassen nicht benutzt. Ich werde sie in die Küche zurückbringen.

_____

8. Er öffnete die Tür, dann trat er ein, dann schloss er sie wieder.

_____

11. Muda na Tarehe – Uhrzeit und Datum

11.1. Zoezi la kwanza/ Erste Übung: Muda na Tarehe – Uhrzeit und Datum

Je ni saa ngapi? – Wie viel Uhr ist es?

1._____ 2._____ 3._____

_____ _____ _____

  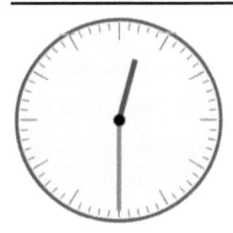

4._____ 5._____ 6._____

_____ _____ _____

7._____ 8._____ 9._____

_____ _____ _____

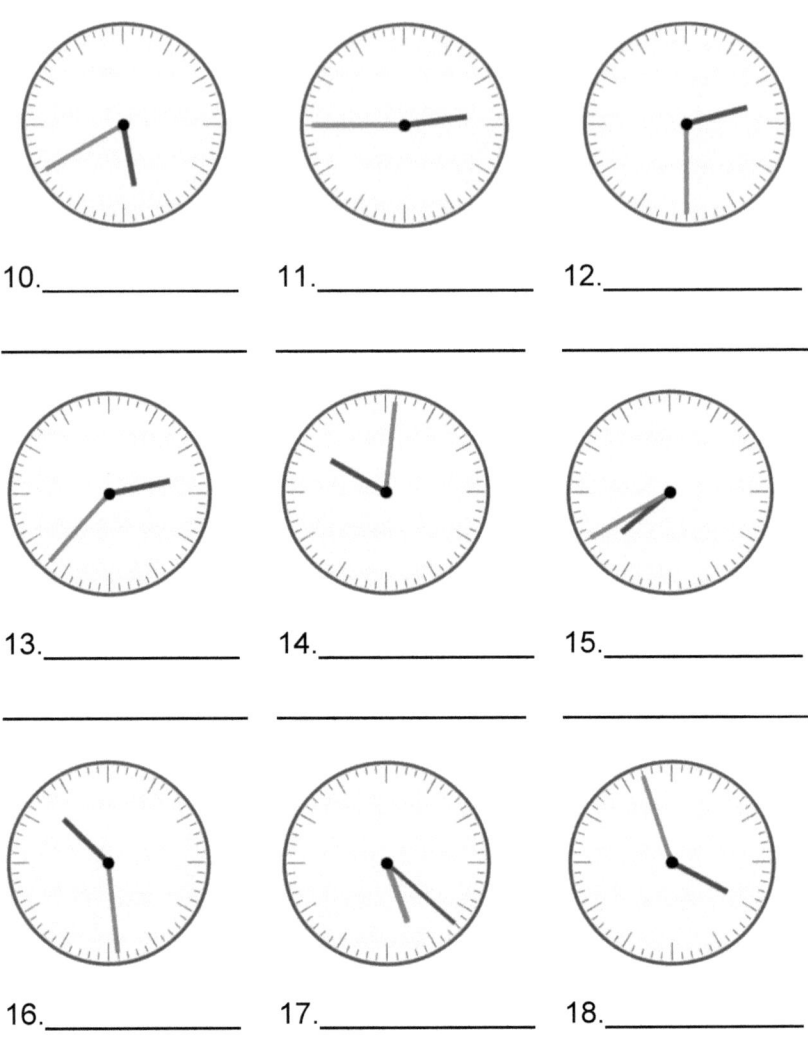

10._____

_____

11._____

_____

12._____

_____

13._____

_____

14._____

_____

15._____

_____

16._____

_____

17._____

_____

18._____

_____

11.2. Zoezi la pili/ Zweite Übung: Muda na Tarehe – Uhrzeit und Datum

Tafsiri sentensi zifuatazo. Übersetze die folgenden Sätze.

1. • Tafadhali, unaweza kuniambia sasa ni saa ngapi?
   □ Sasa ni saa saba na nusu.

_____

_____

2. • Samahani, nisaidie kujua ni saa ngapi.
   □ Ngoja… Ah, sasa ni saa mbili kasoro dakika kumi.

_____

_____

3. • Samahani hivi sasa ni saa ngapi?
   □ Sasa hivi ni saa kumi kamili.

_____

_____

4. • Je, ni saa ngapi?
   □ Sasa ni saa sita kasarobo.

_____

_____

5. • Saa ngapi je?
   □ Saa kumi na moja na dikaka kumi na saba.

_____

_____

11.3. Zoezi la tatu/ Dritte Übung: Muda na Tarehe – Uhrzeit und Datum

Unganisha mwezi na utafsiri unaofaa. – Verbinde den Monat mit der passenden Übersetzung.

Januari	mwezi wa kwanza
Februari	mwezi wa pili
Machi	mwezi wa tatu
Aprili	mwezi wa nne
Mei	mwezi wa tano
Juni	mwezi wa sita
Julai	mwezi wa saba
Agosti	mwezi wa nane
Septemba	mwezi wa tisa
Oktoba	mwezi wa kumi
Novemba	mwezi wa kumi na mmoja
Desemba	mwezi wa kumi na mbili

11.4. Zoezi la nne/ Vierte Übung: Muda na Tarehe – Uhrzeit und Datum

Andika tarehe kwa maneno. – Schreibe das Datum in Wörtern..

1. **19/03/2022**

Leo ni tarehe kumi na tisa mwezi wa tatu mwaka elfu mbili na mbili.

2. **02/05/2021**

_____

3. **09/06/2024**

_____

4. **10/02/2022**

---

5. **24/12/2025**

---

6. **28/07/1953**

---

7. **01/05/1949**

---

8. **01/01/2011**

---

9. **06/07/1988**

---

10. **05/09/1976**

---

11. **09/11/1980**

---

12. **08/06/1997**

---

13. **04/03/1777**

---

14. **22/02/2022**

11.5. Zoezi la tano/ Fünfte Übung: Muda na Tarehe – Uhrzeit und Datum

Soma utambulisho kisha jibu maswali yafuatayo kwa kuandika tarehe katika maneno. - Lese die Vorstellung beantworte die folgenden Fragen, indem Du das Datum in Worten schreibst.

Mimi ni Luka. Nimezaliwa tarehe 29.08.1980. Nimeanza shule ya msingi 01.07.1987. Nimemaliza shule ya msingi 31.06.1994 na kuanza masomo ya shule ya sekondari tarehe 01.07.1994. Baada ya kumaliza elimu ya shule ya sekondari nilianza kazi. Baada ya kufanya kazi miaka miwili nilifunga ndoa 03.09.2002. Mke wangu ni Anna. Tuna watoto wawili. Wote wawili wamezaliwa 09.05.2004

1. Luka amezaliwa tarehe ngapi?

_____

2. Luka ameanza shule ya sekondari tarehe ngapi?

_____

3. Na je, amemaliza shule ya sekondari mwaka gani?

_____

4. Luka ameanza shule ya msingi tarahe ngapi?

_____

5. Anna ameolewa tarehe ngapi?

_____

6. Tarehe ngapi Luka amemaliza shule ya msingi?

_____

7. Watoto wa Luka na Anna wamezaliwa tarehe ngapi?

_____

12. Demonstrativpronomen

12.1. Zoezi la kwanza/ Erste Übung: Demonstrativpronomen

Unganisha maneno na utafsiri unaofaa. – Verbinde die Worte mit der passenden Übersetzung.

a)

kisu hiki	diese Matte
mtu huyu	dieser/ an diesem Ort
embe hili	diese Nachricht
mkeka huu	dieses Messer
habari hii	diese Mango
mahali hapa	dieser Faden
usi huu	dieser Menschen

b)

visu hivi	diese Nachrichten
watu hawa	diese Messer
maembe haya	diese Menschen
mikeka hii	diese Mangos
habari hizi	diese Matten
nyusi hizi	diese Fäden/ Wolle

c)

kisu kile	jener Menschen
mtu yule	jenes Messer
embe lile	jene Neuigkeit
mkeka ule	jener Faden
habari ile	jene Matte
usi ule	jene Mango

d)

visu vile	jene Mongos
watu wale	jene Fäden/ Wolle
maembe yale	jene Neuigkeiten
mikeka ile	jene Messer
habari zile	jene Matten
nyusi zile	jene Menschen

e)

kisu hicho	die bereits erwähnte Matte
mtu huyo	die bereits erwähnte Mango
embe hilo	das bereits erwähnte Messer
mkeka huo	der bereits erwähnte Faden
habari hio	die bereits erwähnte Nachricht
usi huo	der bereits erwähnte Mensch

f)

visu hivyo	die bereits erwähnte Matten
watu hao	die bereits erwähnten Menschen
maembe hayo	die bereits erwähnten Nachrichten
mikeka hio	die bereits erwähnten Mangos
habari hizo	die bereits erwähnten Messer
nyusi hizo	die bereits erwähnte/n Fäden/ Wolle

12.2. Zoezi la pili/ Zweite Übung: Demonstrativpronomen

Tumia neno linalofaa kutoka kwenye mabano kukamilisha sentensi zifuatazo.Halafu tafsiri. – Benutzte ein passendes Wort der Wörter in den Klammern um die folgenden Sätze zu vervollständigen. Danach übersetze.

1. Vitabu _____ ni vipya au vya zamani? (hichi, viki, hivi)

_____

2. Unamwona mtalii yule. _____ amefika jana. (huo, huyo, huu)

_____

3. Mkeka _____ ni bei gani? (zile, vile, ile)

_____

4. Nimelima shamba _____ . (lile, yale, huo)

_____

5. Usipande pikipiki _____. Dreva hajui kuendesha (huyu, hawa, hii)

_____

6. Utakuwa na nafasi Ijumaa. Siku _____.wageni watafika. (hio, huo)

_____

7. Watoto _____ waliimba kanisani jana. (yale, howo, hawa)

_____

8. Nilirudi nyumbani saa kumi. Saa _____ nilimkuta nje. (hii, ile, zile)

_____

9. Ninapenda nguo zako. Na _____ ni nguo zako pia? (hizi, zile, hii)

_____

12.3. Zoezi la tatu/ Dritte Übung: Demonstrativpronomen

Unganisha mwanzo na mwisho wa sentensi na tafsiri.– Verbinde den Anfang und das passende Ende der Sätze und übersetze.

1.	Kikapu	huyu ni hodari.
2.	Visiwa	limeoza?
3.	Mkeka	haya si matamu, ni chungu.
4.	Migomba	vile tumevitembelea jana.
5.	Mwanafunzi	hiki ninakipenda.
6.	Kwa nini wanasiasa	ule nitaununua.
7.	Matunda	hawa hawakwenda Dodoma?
8.	Yai lile	hii imeota haraka.

1. _____

2. _____

3. _____

4. _____

5. _____

6. _____

7. _____

8. _____

13. Nominalklassen Teil 5 [pa]-Klasse

13.1. Zoezi la kwanza/ Erste Übung: [pa]-Klasse

Kamilisha sentensi kwa kujaza mapengo. Halafu tafsiri.–
Vervollständige die Sätze indem Du die Lücken füllst. Danach
übersetze.

1. Kama huta____penda tutaweza kwenda sehemu nyingine.

_____

2. Hapa nime____penda sana.

_____

3. Pale uwanjani ____napendeza na pametulia.

_____

4. Hapa ha____na maji.

_____

5. Mahali hapa ni ____zuri.

_____

13.2. Zoezi la pili/ Zweite Übung: [pa]-Klasse

Unganisha sentenis na utafsiri unaofaa. – Verbinde die Sätze mit der
passenden Übersetzung.

Pale msituni	pazuri.
Mtoni kuna	samaki wengi.
Hapa ni pahali	kuna miti mingi.
Habari za huko?	tunapapenda.
Nyumbani kwako	pana njia.
Penye nia	hapo kwema tu.

57

14. Mgahawani

14.1. Zoezi la kwanza/ Erste Übung: Mgahawani

Soma mazungumzo hapo chini, halafu tafsiri. – Ließ die unten stehende Unterhaltung, danach übersetze.

Muhudumu: Karibuni, mtachukua nini?

Baraka: Ah, kwanza tunanomba menyu!

Muhudumu: Hii hapa…

Baraka: Sawa, asante. Neema utakunya nini na utakula nini?

Neema: Nitakunya Soda, yaani Coca Cola baridi na nitakula kuku na chipsy. Na wewe je?

Baraka: Nitakunywa Stoni na nitakula samaki na wali. Basi nitamwita mhudumu na kuagiza chakula, sawa.

Neem: Sawa. Ah ngoja, badala ya Cola nitakunywa Fanta.

Baraka: Sawa. Kaka, tuko tayari kuagiza.

Mhudumu: Nam, sema, mtachukua nini?

Baraka: Lete Fanta ya baridi na Stoni Tangawizi. Halafu mimi nitakula samaki na wali na yeye utamleta kuku na chipsy.

Mhudumu: Samaki hakuna. Imeisha.

Baraka: Ala! Basi utanileta kuku na chipsy pia.

Mhudumu: Sawa…

Baada ya chukla.

Baraka: Kaka, tunaomba kulipa.

Mhudumu: Haya, jumla ni shilingi elfu kumi na mbili mia tano.

Baraka: Haya, chukua hii hapa.

Mhudumu: Asante, ngoja nitakuletea chenji.

Baraka: Acha tu. Ni sawa tu.

Muhudumu: Ninakushukuru. Asante.

Muhudumu: _____

Baraka: _____

Muhudumu: _____

Baraka: _____

Neema: _____

_____

Baraka: _____

Neem: _____

Baraka: _____

Mhudumu: _____

Baraka: _____

_____

Mhudumu: _____

Baraka: _____

Mhudumu: _____

Baada ya chukla. _____

Baraka: _____

Mhudumu: _____

_____

Mhudumu: _____

Baraka: _____

Muhudumu: _____

14.2. Zoezi la pili/ Zweite Übung: Mgahawani

Soma mazungumzo ya hapo juu tena, halafu jibu maswali kwa chagua
majibu yaliyo sahihi. – Lies die Unterhaltung oben nochmals, danach
beantworte die Fragen indem Du die korrekten Antworten auswählst.

Baraka na Neema wameenda wapi?	a) Baraka na Neema wamesafiri. b) Baraka na Neema wameenda mgahawani. c) Baraka na Neema wameenda kula chakula.
Baraka anaagiza nini?	a) Anaagiza Soda na chukula. b) Anaagiza vinwaji tu. c) Anaagiza chipsy na wali na mboga.
Chakula gani kimeisha?	a) Chakula chote kipo. b) Hakuna soda ya baridi. c) Kwa bahati mbaya samaki imeisha.
Wanakula nini?	a) Wote wawili wanakula chipsy na kuku. b) Wanakula mboga. c) Wanakula wali na samaki.
Baraka na Neema wanalipa shilingi ngapi?	a) Hawalipi hata kidogo. b) Wanalipa elfu kumi na mbili mia tano na pia Baraka anampa tip mhudumu. c) Wanalipa elfu kumi na tano.

15. Subjunktiv

15.1. Zoezi la kwanza/ Erste Übung: Subjunktiv

Tungua Subjunktiv na tafsiri.– Bilde den Subjunktiv und übersetze.

1. Njoo! _____ _____

2. Wewe soma! _____ _____

3. Nyinyi sikilizeni! _____ _____

4. Wao - Kwenda _____ _____

5. Mimi – soma (?) _____ _____

6. Wewe - lipia - wao _____ _____

7. Yeye - rudi _____ _____

8. Sisi - kwenda _____ _____

9. Wewe – peleka –
    wao - shule. _____ _____

10. Wewe – yeye -
    kuelezea _____ _____

11 Wewe – Mimi –
    kusaidia _____ _____

12 Yeye – kulipa _____ _____

13. Karibu wewe kaa. _____ _____

15.2. Zoezi la pili/ Zweite Übung: Subjunktiv

Unganisha sentensi na utafsiri unaofaa. – Verbinde den Satz mit der passenden Übersetzung.

a)

Unirudishie nyumbani!	Lauf bis dort hin!
Mwimbeni wimbo wa nyumbani!	Sollen wir ihn/sie besuchen?
Ukimbie mpaka pale!	Bring mich nach hause zurück!
Umpatie kidogo!	Ruf mich bitte morgen an!
Unipigie simu kesho!	Singt ein Lied aus Eurer Heimat!
Tumtembelee?	Gib ihm/ihr ein wenig!

b)

Amlipie mshahara wake.	Sie sollen ruhig sein!
Anyoe ndevu zake.	Gib mir zwei!
Nipatie mbili!	Bring mir die Speisekarte!
Niletee menyu!	Er möge ihm sein Gehalt zahlen.
Wanyamaze!	Er soll(te) seinen Bart schneiden.

c)

Tuwatembelee!	Schau ihn an!
Umpatie nafasi!	Lade sie ebenfalls ein!
Umwone!	Lasst uns sie besuchen!
Niwaalike pia?	Soll ich sie ebenfalls einladen?
Uwaalike pia!	Besser (ist es) sie sitzen.
Bora wakae.	Lass ihr Platz./Gib ihr eine Chance!

16. Verneinung des Subjunktiv

16.1. Zoezi la kwanza/ Erste Übung: Verneinung des Subjunktiv

Kanusha na tafsiri.– Verneine und übersetze.

1. Wewe njoo!   _____   _____

2. Wewe soma!   _____   _____

3. Nyinyi sikilizeni!   _____   _____

4. Waende pale!   _____   _____

5. Nikutaje?   _____   _____

6. Waimbe!   _____   _____

7. Acheke!   _____   _____

8. Walale!   _____   _____

9. Ushuke!   _____   _____

10. Watoroke!   _____   _____

11 Umpige!   _____   _____

12 Ulie!   _____   _____

13. Ukatae!   _____   _____

16.2. Zoezi la pili/ Zweite Übung: Verneinung des Subjunktiv

Unganisha sentensi na utafsiri unaofaa. – Verbinde den Satz mit der passenden Übersetzung.

a)

Usiende karibu!	Lach nicht!
Msiibe!	Sie sollen ihn heute nicht anrufen!
Usiwaangalie usoni!	Gehe nicht nahe ran!
Wasimpigie simu leo!	Macht (es) nicht wieder!
Msirudie tena!	Schau ihnen nicht in's Gesicht!
Usicheke!	Ihr sollt nicht stehlen!

b)

Asinisumbue!	Störe Du sie auch nicht!
Usimsumbue pia!	Sie soll mich nicht stören!
Msilale darasani!	Schlaft nicht in der Klasse!
Asitoke nje usiku!	Lehne es nicht ab!
Usikatae!	Er soll nachts nicht raus gehen!

c)

Usije ukachelewa!	Vergesst ihn bloß nicht!
Usije ukatusahau!	Verspäte dich bloß nicht!
Usije ukamtisha!	Sie sollen bloß nicht krank werden!
Msije mkarudi mapema!	Kommt bloß nicht zu früh zurück!
Msije mkamsahau!	Vergiss uns bloß nicht!
Wasije wakaumwa!	Erschrecke ihn bloß nicht!

TEIL 2 – LÖSUNGEN

1. Marudio ya kozi ya 2 – Wiederholungen zu Kurs 2

1.1. Zoezi la kwanza/ Erste Übung: Verneinte Satzbildung mit Subjektpräfix, Zeitsilbe und Verbstamm

Hajaenda sokoni.	Er ist noch nicht zum Markt gegangen.
Sisomi kitabu chake.	Ich lese sein Buch nicht.
Hawakupita hapa.	Sie kamen hier nicht vorbei.
Hatukurudia zoezi la pili.	Wir haben Übung 2 nicht wiederholt.
Bila shaka hutashiba.	Zweifellos wird du nicht satt.
Sitaki kwenda kulala.	Ich will/ möchte nicht schlafen gehen.
Hajachoka.	Er/ Sie/ Es ist nicht müde.

1.2. Zoezi la pili/ Zweite Übung: [ji/ma]-Klasse

1. Nilinunua fungo moja la maembe. – Ich habe einen Stapel Mangos gekauft.
2. Mtoni kuna maji mengi. – Im Fluß gibt es viel Wasser.
3. Je, utakunywa maji? – Wirst Du Wasser trinken?
4. Ameendesha gari lake polepole. – Er/ Sie fuhr langsam sein/ ihr Auto.
5. Kila jumapili wanasali kanisani. – Jeden Sonntag beten sie in der Kirche.
6. Alibeba masanduko mawili mazito. Er/ Sie trug zwei schwere Koffer.

1.3. Zoezi la tatu/ Dritte Übung: Namba – Zahlen

8	nane
12	kumi na mbili
35	thelathini na tano
50	hamsini
88	themanini na nane
100	mia/ mia moja
220	mia mbili ishirini
689	mia sita themanini na tisa

2022	elfu mbili ishirini na mbili
5300	elfu tano mia tatu
8000	elfu nane
200.000	laki mbili/ mia mbili elfu/ elfu mia mbili
500.000	laki tano/ mia tano elfu/ elfu mia tano
750.000	laki saba na nusu/ mia saba elfu

1.4. Zoezi la nne/ Vierte Übung: Adjektive und Zahlwörter

Umoja – Einzahl	Wingi – Mehrzahl
msafi, kimoja, kidogo, kuzuri, ghali, mdogo	matamu, watano, minane, matano, vizuri, sita, kumi, viwili, mirefu, ghali, tisa, wasafi, minne

1.5. Zoezi la tano/ Fünfte Übung: -ngapi, -ote, -ingi- und -ingine – 'Wie viele, alle, viele, andere'

1. Umeona watu wangapi? – Wie viele Menschen hast Du gesehen?

2. Umeona watu wote? – Hast Du alle Menschen gesehen?

3. Umeona watu wengi? – Hast Du viele Menschen gesehen?

4. Umeona watu wengine pia? – Hast Du auch andere Menschen gesehen?

5. Umekula matunda mangapi? – Wieviele Früchte hast Du gegessen?

6. Umekula tunda lote? – Hast Du die ganze Frucht gegessen?

7. Umekula matunda yote? – Hast Du alle Früchte gegessen?

8. Umekula matunda mengi? – Hast Du viele Früchte gegessen?

9. Umekula matunda mengine pia? – Hast Du auch andere Früchte gegessen?

10. Umenunua mikate mingapi? – Wieviele Brote hast Du gekauft?

11. Umenunua mikate mingi? Hast du viele Brote gekauft?

12. Umenunua mikate yote? Hast du alle Brote gekauft?

1.6. Zoezi la sita/ Sechste Übung: Das Suffix -ni für Präpositionen der Richtungs- und Ortsanweisung

1. Nimenunua mikate mitatu dukani. – Ich habe drei Brote im Laden gekauft.
2. Je, umefika shuleni leo asubuhi? – Bist Du heute morgen an der Schule angekommen?
3. Hapana, sijafika shuleni. Nilienda mtoni kupumzika. – Nein, ich bin (noch) nicht zur Schule gegangen. Ich bin zum Fluß gegangen um auszuruhen.
4. Na kesho utaenda mtoni tena au utapumzika nyumbani? – Und morgen wirst Du wieder zum Fluß gehen oder wirst Du zuhause ausruhen?
5. Hapana kesho nitasafiri. Nitaenda milimani kutalii. – Nein, morgen werde ich verreisen. Ich werden in den Bergen Urlaub machen/ Ich werde in die Berge verreisen.
6. Safari njema. Lini utarudi mjini? Labda Jumatano. – Gute Reise. Wann wirst Du wieder in die Stadt zurückkehren? Vielleicht Mittwoch.

1.7. Zoezi la saba/ Siebte Übung: [m/mi]-Klasse

Nilikata miti mitatu shambani. Ich habe drei Bäume auf dem Feld gefällt.
Umekaa Tanzania miezi mingapi? – Wie lange hast Du in Tanzania verbracht/gewohnt?
Nani atalala kwenye mkeka? – Wer wird auf der Matte schlafen?
Mguu unaumwa. – Der Fuß/ Das Bein schmerzt.
Ninapiga mswaki asubuhi na jioni. – Ich putze die Zähne morgens und abends.
Kilimanjaro ni mlima mrefu. – Der Kilimanjaro ist ein ‚großer' Berg.
Umezaliwa mwaka gani? In welchem Jahr wurdest Du geboren?
Mwizi ameiba nini? Was hat der Dieb/ die Diebin gestohlen?

1.8. Zoezi la nane/ Achte Übung: Lokativ mit -ko, -po, -mo

a)

1. Kikapu kiko wapi? – Wo ist der Korb?
2. Visiwa viko karibu au mbali? – Sind die Inseln nahe oder fern?
3. Mkeka upo chumbani? – Ist die Matte dort (im) Zimmer?
4. Migomba iko shambani. – Die Bananenstauden sind auf dem Feld.
5. Mwizi yupo gerezani? – Ist der Dieb/ die Diebin im Gefängnis?
6. Wanasiasa wako Dodoma? – Sind die Politiker*innen in Dodoma?
7. Shaka halipo! – Es gibt keinen Zweifel./ Es besteht (hier) kein Zweifel.
8. Sokoni mayai yapo? Gibt es auf dem Markt Eier?

b)

1. Kijiko kiko jikoni? – Ist der Löffel in der Küche?
2. Viazi vipo? – Sind die Kartoffeln hier/erhältlich/ Gibt es Kartoffeln?
3. Mwembe uko karibu na kibanda? – Ist der Mangobaum in der Nähe der Hütte?
4. Mikeka iko wapi? – Wo sind die Matten?
5. Mwalimu yupo shuleni. – Der Lehrer/ Die Lehrerin ist in der Schule.
6. Wakulima wako shambani? – Sind die Bauern/Bäuerinnen auf dem Feld?
7. Embe limo kwenye kikapu. – Die Mango ist im Korb.
8. Mananasi yamo kwenye kikapu. – Die Ananas sind im Korb.
9. Yai lipo? – Ist das Ei hier?/ Gibt es ein Ei (hier)?
10. Mayai yapo shambani bado? – Die Eier sind noch auf dem Feld.

1.9. Zoezi la tisa/ Neunte Übung: Verneinung -ko, -po, -mo in der Gegenwart

a)

Mkulima hayuko.	Der Bauer ist nicht dort.
Mwanamke hayupo.	Die Frau ist nicht hier.

Mwanfunzi hayumo darasani.	Die Schülerin ist nicht in der Klasse.
Wasanii hawako.	Die Künstlerinnen sind nicht dort.
Wizi hawapo.	Die Diebe sind nicht hier.
Watoto hawamo chumbani.	Die Kinder sind nicht im Zimmer

b)

Kitambaa hakiko.	Das Tuch ist nicht dort.
Kitambaa hakipo hapa.	Das Tuch ist nicht hier.
Kitambaa hakimo mfukoni.	Das Tuch ist nicht in der Tasche.
Vitambaa haviko dukani.	Die Tücher sind nicht dort im Laden.
Vitambaa havipo.	Die Tücher sind nicht hier.
Vitambaa havimo kabatini.	Die Tücher sind nicht im Schrank.

2. Nominalklassen Teil 4 [n/n]-Klasse

2.1. Zoezi la kwanza/ Erste Übung: Nominalklassen 2 [ji/ma]

a)

ndizi	Banane
nyumba	Haus
nyama	Fleisch
kompyuta	Computer
ndege	Flugzeug
siku	Tag
mvua	Regen
shida	Problem
nyoka	Schlange

b)

nguo	Kleidung; Kleidungsstück
kalamu	Stift

ndege	Vogel
nguvu	Kraft
saa	Uhr/ Stunde
chumvi	Salz
hatari	Gefahr
ng' ombe	Kuh

c)

njaa	Hunger
njia	Straße/ Weg
karatasi	Papier
habari	Neuigkeit
taa	Lampe
chupa	Flasche
nazi	Kokosnuss
daktari	Arzt
dawa	Mittel/ Medikament
mbu	Moskito
jua	Sonne

d)

kahawa	Kaffee
ndugu	Verwandte/r
suruali	Hose
gauni	Kleid
chai	Tee
sukari	Zucker
kofia	Hut
rafiki	Freund
dada	gr. Schwester
sketi	Rock

2.2. Zoezi la pili/ Zweite Übung: Nominalklassen 1 [ji/ma]

1. Ndizi zinaota kwenye mgomba.
2. Nimepeleka suruali kwa fundi.
3. Ndege imetua uwanjani.
4. Naomba chai ya maziwa.
5. Umevaa sketi nzuri sana.
6. Utakunywa chai au kahawa?
7. Leo asubuhi daktari ameenda hospitalini kuona wagonjwa.

3. ka-Narrativ

3.1. Zoezi la kwanza/ Erste Übung: ‚ka-Narrativ'

1. Baraka alienda dukani, akanunua nyama, akarudi nyumbani. – Baraka ging zum Laden, dann kaufte er Fleisch und dann kehrte er nach Hause zurück.
2. Watoto waliamka asubuhi, wakaenda shule, wakasoma, wakarudi nyumbani, wakacheza mpira. – Die Kinder wachten am Morgen auf, dann gingen sie zur Schule, dann lernten sie, dann kehrten sie nach Hause zurück und dann spielten sie (Fuß)Ball.
3. Baada ya kucheza mpira watoto walipumzika, halafu wakala chakula cha jioni, wakapiga mswaki, wakaenda kulala. – Nach dem Ballspielen ruhten sich die Kinder aus, dann aßen sie Abendessen, dann putzten die Zähne, dann gingen sie schlafen.
4. Klaus na Silke walifika uwanja wa ndege, wakashuka, wakachukua mizigo, wakaenda kuchukua taxi, wakaenda hotelini. – Klaus und Silke kamen am Flughafen an, dann stiegen sie aus, dann nahmen sie ihre Gepäck (entgegen), dann nahmen sie ein Taxi und dann gingen/ fuhren sie ins Hotel.
5. Wakulima walienda shambani, wakavuna, wakapeleka mizao sokoni, wakauza mizao na kurudi nyumbani. – Die Bauern/ Bäuerinnen gingen aufs Feld, dann ernteten sie, dann brachten sie ihre Ernte auf den Markt, dann verkauften sie ihre Ernte und dann kehrten sie nach Hause zurück.

3.2. Zoezi la pili/ Zweite Übung: ‚ka-Narrativ'

1. Fundi **alifika** dukani, mteja **akaleta** kitambaa, **akashona** suruali, aka**lipwa** pesa nyingi, **akafurahi**.
2. (Sisi) **Tulitoka** njee, **tukavaa** viatu, **tukaenda** milimani.
3. (Yeye) alienda kituoni, **akakata** tiketi, **akapanda** basi, **akaondoka**.
4. Mama **alienda** jikoni, **akapika** chai, **akaamsha** watoto, pamoja mama na watoto **wakanywa** chai, **wakashiba**.
5. Caro aliingia ndani, **akawasha** taa, **akawasha** tv, **akasubiri** wageni hadi jioni lakini hawakufika.
6. Daktari alifika kazini, **akakutana** na mwuguzi, pamoja **wakakenda** kuonana na wagonjwa, mwuguzi **akaleta** madawa.
7. Mgeni alipiga hodi, **mwenjeji akaenda** mlangoni, **akafungua** mlango, mgeni **akaingia**.
8. Nilihisi njaa, **nikanunua** chipsi, **nikala**, **nikashiba**.
9. Nilisoma saa, **nikaona** nimechelea, **nikaondoka** haraka.

4. hu-Habitualis

4.1. Zoezi la kwanza/ Erste Übung: ‚hu-habitualis'

a)

Ijumaa mimi hucheza mpira.	Freitags spiele ich (für gewöhnlich) Fußball.
Kawaida yeye husoma kiswahili jioni.	Normalerweise lernt er abends Kiswahili.
Kila siku sisi hupiga mswaki mara mbili.	Jeden Tag putzen wir uns 2 mal die Zähne.
Matunda huoza haraka juani.	Früchte verderben schnell in der Sonne.

b)

Mimi huenda kazi jumatatu hadi ijumaa.	Ich gehe Montags bis Freitags arbeiten.

Wakristo huenda kanisani jumapili.	Christen gehen (für gewöhnlich) Sonntags in die Kirche
Kawaida yeye husafiri mara moja kwa mwaka.	Für gewöhnlich verreist er/ sie einaml pro Jahr.
Watoto huamkia wakubwa.	Kinder begrüßen (für gewöhnlich) Ältere.

c)

Waislamu husali mara tano kwa siku.	Muslime beten fünf mal täglich.
Yeye husikiliza redio kila jioni.	Er hört jeden Abend Radio.
Jumatatu wao huenda mazoezini baada ya kazi.	Montags gehen sie nach der Arbeit zum Sport.
Ujerumani watu husema kijerumani.	In Deutschland sprechen die Menschen Deutsch.
Matajiri huwa na magari makubwa.	Reiche haben (für gewöhnlich) große Autos.
Sisi husherekea na familia mzima.	Wir feiern für gewöhnlich mit der ganzen Familie.

d)

Tanzania umeme hukatiki mara kwa mara.	In Tansania gibt es ab und zu Stromausfälle.
Mama hupenda kuimba kabla ya kwenda kulala.	Mutter mag es für gewöhnlich vor dem Schlafengehen zu singen.
Hucheka kila siku.	Er/Sie lacht täglich.
Wajerumani husalimiana kwa ufupi.	Deutsche begrüßen sich für gewöhnlich kurz.
Tanzania watoto husoma miaka minane katika shule ya msingi.	In Tansania gehen Kinder acht Jahre zur Grundschule.

4.2. Zoezi la pili/ Zweite Übung: ‚hu-habitualis'

a)

1. Mzee Hussein huenda mskitini kila ijumaa. – Mzee Huseein geht für gewöhnlich jeden Freitag in die Moschee.
2. Kila siku watoto husoma mambo mapya shuleni. – Für gewöhnlich lernen die Kinder jeden Tag etwas neues in der Schule.
3. Kila mwaka wakulima huvuna mazao. – Jedes Jahr holen die Bauern ihre Ernte ein.
4. Mimi hununua matunda na mboga sokoni tu. – Ich kaufe Obst und Gemüse für gewöhnlich nur auf dem Markt.
5. Nchini Tanzania watalii hupanda mlima wa Kilimanjaro. – Für gewöhnlich besteigen Touristen in Tansania den Kilimanjaro.
6. Pia hutembelea Zanzibar na Serengeti. – Außerdem/Auch besuchen sie für gewöhnlich Sansibar und die Serengeti.

b)

1. Mbwa mkali hufukuza wizi haraka. – Ein scharfer Hund verscheucht für gewöhlich schnell Diebe.
2. Watalii wengi huvutiwa na wanyama wa porini. – Für gewöhnlich finden viele Touristen Wildtiere interessant (werden angezogen von).
3. Mimea huota haraka baada ya mvua. – Pflanzen wachsen für gewöhnlich schnell nach dem Regen.
4. Treni huchelewa kuondoka na kufika. – Für gewöhnlich verspäten sich Abfahrt/ das Abfahren und Ankunft/ das Ankommen des Zugs.
5. Asubuhi Baraka na Neema hunywa chai ya maziwa. – Für gewöhnlich trinken Baraka und Neema morgens Milchtee.
6. Watoto huamka mapema. – Für gewöhnlich wachen (die) Kinder früh auf.
7. Haba wa haba hujaza kibaba. – Ein kleiner Behälter und (noch) ein kleiner Behälter füllen für gewöhnlich einen großen Behälter./ „Kleinvieh macht auch Mist" / „Mühsam ernährt sich das Eichhörnchen"

4.3. Zoezi la tatu/ Dritte Übung: ‚hu-habitualis'

1. Upendo hufanya nini kila wiki jumatatu hadi ijumaa? – Upendo huenda shule kila wiki jumatatu hadi ijumaa.
2. Jumamosi Upendo huenda wapi? – Jumamosi huenda twishon/ Upendo huenda twishon Jumamosi.
3. Upendo hucheza wapi na marafiki? – Upendo hucheza nje na marafiki. / Upendo hucheza na marafiki nje.
4. Upendo hurudi nyumbani jioni au usiku? – Yeye hurudi nyumbani jioni kabla baba hajarudi nyumbani.
5. Mchana Upendo hucheza na nani? – Mchana Upendo hucheza na marafiki.
6. Asubuhi Upendo hufanya nini? – Asubuhi Upendo huamka mapema, hunywa chai na huenda shule.
7. Upendo hufanya nini na mama jioni? –Upendo huandaa chakula cha jioni pamoja na mama.
8. Baada ya kurudi nyumbani Upendo hufanya nini huko? – [Nimeshasema/ Angalia juu!] Upendo huandaa chakula cha jioni pamoja na mama.
9. Je, Upendo hula chakula kabla baba hajarudi nyumbani? – Ndiyo, Upendo hula chakula kabla baba hajarudi nyumbani.
8. Upendo hufanya kazi gani kabla hajaenda kulala? – Upendo huosha vyombo kabla hajaenda kulala.
9. Kwa nini Upendo huenda kulala mapema? – Upendo huenda kulala mapema kwa sababu huchoka mapema.

5. Aina ya mavazi – Bekleidung

5.1. Zoezi la kwanza/ Erste Übung: Aina ya mavazi – Bekleidung

a)

shati	Hemd
viatu	Schuhe

chupi	Unterhose
suruali	Hose
sketi	Rock
gauni	Kleid
sweta	Pullover

b)

koti	Jacke
suti	Anzug
sidiria/sidiria	BH
kaptula	kurze Hose
kofia	Mütze
hijabu	Hijab
kanzu	Kanzu/ arab. Herrengewand

5.2. Zoezi la pili/ Zweite Übung: Aina ya mavazi – Bekleidung

Antoni: ...Oh Maria! Du trägst ein Kleid! Das steht Dir gut/ Du gefällst! Ich werde ein Hemd, einen Pullover und eine Hose tragen. Was sagst du (dazu)?

Maria: Warum willst Du einen Pullover tragen? Denk dran/ Erinnere (Dich), heute wird es heiß. Es ist besser ein Hemd mit langen Ärmeln zu tragen. Das passt besser.

Antoni: Das ist wahr, es reicht für mittags. Aber, erinnerst Du Dich? Wir haben geplant am Abend in die Berge zu fahren. Es ist kalt in den Bergen, ist es nicht so?

Maria: Das/Hier ist korrekt. Ok/ Na dann werde auch ich einen Pullover mitnehmen. Wirst Du meinen Pullover tragen?

Antoni: Ja. Kein Problem. Vergiss nicht deinen Pullover in meine Tasche zu packen. Ich habe meinen Pullover und meinen Hut schon eingepackt/ hineingetan.

Maria: Ok. Danke. Warte, ich werde auch eine Tuch einpacken. Wo ist die Tasche?

Antoni: Die Tasche ist (dort) im Wohnzimmer. Dort an der Tür bei den Jacken/ Mänteln.

Maria: Ok. Dann zieh die Schuhe an, oder wir werden uns verspäten.

5.3. Zoezi la tatu/ Dritte Übung: Aina ya mavazi – Bekleidung

Je, Antoni anapenda nguo za Maria?

a) Ndiyo, kwa hivyo anasema kwamba Maria anapendeza.
c) Anapenda gauni lake.

Antonio anataka kuvaa nini?
Maria anakubali?

b) Anataka kuvaa sweta.
b) Anashauri kuvaa shati, badala ya sweta.
c) Hakubali.

Maria anashauri nini?

a) Anashauri kukumbuka hali ya hewa na kuvaa nguo tofauti.
b) Anashauri kuvaa shati.

Kuna hali ya hewa gani leo yaani hali ya hewa ikoje?

b) Kuna joto mchana. Ni bora kuvaa shati.

Nani atatoka nje na sweta?

b) Maria na Antoni watatoka na masweta. Yamo kwenye begi.

Maria anavaa sweta tayari?
Kwa nini wanatoka na sweta?

c) Havai sweta. Anavaa gauni.
a) Wanatoka na sweta kwa sababu watakwenda milimani na milimiani kuna baridi.

Antonio na Maria wameweka nini na nini kwenye begi?

c) Wameweka masweta, kofia na kitambaa.

Nani anabeba begi?
Begi liko wapi?

c) Antoni anabeba begi lake.
b) Begi liko sebuleni.
c) Begi liko karibu na makoti.

6. In der Moschee

6.1. Zoezi la kwanza/ Erste Übung: In der Moschee

Juma und seine Eltern sind Muslime. So wie seine Eltern betet Juma fünf mal am Tag. Am Freitag verpasst er es nicht in der Moschee zu beten. Viele Muslime in Tansania tragen für gewöhnlich einen weißen Kanzu am Freitag. Juma trägt für gewöhnlich auch einen Kanzu am Freitag. Die Schwester von Juma ist Khadija. Sie trägt für gewöhnlich einen schwarzen Baibui. Khadija und seine Mutter beten für gewöhnlich zuhause. Juma geht für gewöhnlich in der Moschee beten. In die Moschee tritt er nach dem Ausziehen der Schuhe ein. Außerdem führt er für gewöhnlich die religiösen Waschungen durch. In der Moschee beten für gewöhnlich viele Menschen. Nach dem Freitagsgebet kehrt Juma für gewöhnlich nach Hause zurück und ist mit der Familie und den Gästen und ruht sich aus.

6.2. Zoezi la pili/ Zweite Übung: In der Moschee

1. Je Juma ni mkristo au mwislamu? – Juma ni mwislamu.
2. Juma husali mara ngapi kwa siku? – Juma husali mara 5 kwa siku.
3. Siku ya Ijumaa Juma husali wapi? – Siku ya Ijumaa Juma husali msikitini.
4. Siku ya Ijumaa Juma huvaa suruali na shati? – Hapana, Juma havai sururali na shati. Juma huvaa kanzu nyepu siku ya Ijumaa.
5. Khadija huvaa nini? – Khadija huvaa baibui nyeusi.
6. Je Juma huvua au havui viatu kabla hajaingia msikitini? – Juma huvua viatu kabla hajainigia msikitini.
7. Je msikitini Juma husali na watu wachache au watu wengi? – Msikitini Juma husali na watu wengi.
8. Je, baada ya salah ya Ijumaa Juma huenda shuleni? – Hapana, baada ya salah Juma haendi shuleni, yeye huenda nyumbani.
9. Juma hufanya nini Ijumaa baada ya kula chakula? – Juma hupumzika.

7. -ki- der Gleichzeichtigkeit (...als/ während...)

7.1. Zoezi la kwanza/ Erste Übung: -ki- der Gleichzeichtigkeit

a)

Alituona tukikaa nje.	Er sah uns als wir draußen saßen.
Aliimba tukiingia kanisani.	Sie sang als wir in die Kirche eintraten.
Tuliwasikia wakilia kwa sauti kubwa.	Wir hörten sie als sie laut weinten.
Walitazama meli ikiondoka bandarini.	Sie sahen der Fähre zu während sie aus dem Hafen auslief.
Waliona gari likigonga na ukutua.	Sie sahen das Auto während es gegen die Mauer fuhr.

b)

Tulimpongeza akiingia.	Wir gratulierten ihm als er eintrat.
Walituona tukila.	Sie sahen uns während wir aßen.
Tulisikia wakijaribu kuingia ndani.	Wir hörten sie als sie einzutreten versuchten.
Walimsikia akipiga kelele chumbani.	Sie hörten ihn, während er im Zimmer Lärm machte.
Nilimwona akinunua vitu hivi dukani jana.	Ich sah sie als sie diese Dinge gestern im Laden kaufte.

7.2. Zoezi la pili/ Zweite Übung: -ki- der Gleichzeichtigkeit

1. Tulimwona simba akiwinda. – Wir sahen den Löwen, als er jagte.
2. Tuliwapiga picha wakicheza ngoma. – Wir fotographierten sie, als sie tanzten.
3. Uliwaona wakipita? – Sahst Du sie, als sie vorbeikamen?

4. Alimwona mwalimu akiwachapa watoto. – Er/Sie sah den/die Lehrer*in als er/sie die Kinder schlug.

5. Mgonjwa akamwita dakatri akipita. – Der/Die Kranke rief den Arzt/ die Ärztin als er/sie vorbeikam.

6. Wanafunzi walimsalimia mwalimu akiingia darasani. – Die Schüler*innen grüßten den/die Lehrer*in als er/sie in die Klasse eintrat.

7. Walimtazama mwalimu kwa makini akiwafundisha. – Sie betrachteten den/die Lehrer*in aufmerksam während er/sie sie unterrichtete.

8. Alitoka nje mvua ikinyesha. – Er/Sie ging nach draußen während es regnete.

9. Alituona tukiingia. Er/Sie sah uns als wir raus gingen.

8. -ki- der Bedingung (Wenn... dann...)

8.1. Zoezi la kwanza/ Erste Übung: -ki- der Bedingung

a)

Mkilala wizi wataingia.	Wenn ihr einschlaft, werden die Diebe hereinkommen.
Mkiingia kanisani wataanza kuimba.	Wenn ihr in die Kirche eintretet, werden sie beginnen zu singen.
Kisu kikiendelea kutumiwa atatafuta kingine.	Wenn das Messer weiter benutzt werden wird, wird sie ein anderes suchen.
Meli ikiondoka mapema hawatawahi kupanda meli.	Wenn die Fähre früh abfährt werden sie nicht rechzeitig sein um die Fähre zu besteigen.

b)

Ukitia vidole kwenye sufuria utaumia kwa sababu maji yanachemka.	Wenn Du Deine Finger in den Topf steckst, wirst Du Dir weh tun, denn das Wasser kocht.

Tukisimama mtabaki kukaa?	Wenn wir stehen, werdet ihr sitzen bleiben?
Joto ikizidi matunda yataoza.	Wenn es heißer wird, werden die Früchte verfaulen.
Ukiacha chakula chako nje, mbwa atakula chote.	Wenn Du das Essen draußen lässt, wird der Hund alles fressen.

8.2. Zoezi la pili/ Zweite Übung: -ki- der Bedingung

1. Wakipiga kelele tutakimbia nje. – Wenn sie Lärm machen, werden wir nach draußen rennen.
2. Majina yenu yakitangazwa nendeni! – Wenn eure Namen aufgerufen werden, geht.
3. Kikombe kikivunjika sitanunua kingine. – Wenn die Tassse zerbricht, werde ich keine neue kaufen.
4. Mkisoma kwa bidii mtajua Kiswahili haraka. – Wenn ihr fleißig lernt, werdet ihr rasch Kiswahili lernen.
5. Akifanya kazi bustanini huchelewa kurudi ndani. – Wenn er/sie im Garten arbeitet, verspätet er/sie sich für gewöhnlich.
6. Akipanda gari la ndugu yake atafika mapema. – Wenn er/sie das Auto seines/r Verwandten nimmt, wird er/sie sie früh ankommen.
7. Tukipata mshahara yetu tutanunua vitu vingi. – Wenn wir unser Gehalt bekommen, werden wir viele Dinge kaufen.
8. Mkinunua tiketi ya treni leo mtaweza kusafiri kesho. – Wenn ihr heute (noch) die Tickets kauft, könnt ihr morgen (ab)reisen.
9. Mvua ikichelewa hatutaweza kupanda viazi wala mhindi. – Wenn sich der Regen verspätet, werden wir weder Kartoffeln noch Mais anbauen können.

8.3. Zoezi la tatu/ Dritte Übung: -ki- der Bedingung

1. Wenn Du Kiswahili sprichst, werden sich die Menschen freuen. – Ukizungumza Kiswahili, watu watafurahi.

2. Wenn Du ein anderes Lied singen willst, sag es nur. – Ukitaka kuimba wimbo mwingine, sema tu.

3. Wenn das Telefon klingelt, gehe ich raus. – Simu ikilia, nitatoka nje.

4. Wenn er die Straße hier überquert, wird er mit einem Daladala zusammenstoßen. – Akivuka barabara hapa, atagonga na Daladala.

5. Wenn das Kind weint, wird die Mutter zurückkommen. – Mtoto akilia, mama atarudi.

6. Wenn die Gäste ankommen, werden wir zusammen essen. – Wageni wakifika, tutakula pamoja.

7. Wenn Du in die Stadt gehst, vergiss Dein Geld und Telefon nicht. –

8. Wenn Du das Zimmer verlässt, mach das Licht aus. – Ukitoka chumbani, zima taa.

9. Wenn Du zum Laden geht's, kaufe Toilettenpapier. – Ukienda dukani, ununue/ukanunue karatasi ya choo.

9. Verneinung von -ki- durch -sipo-

9.1. Zoezi la kwanza/ Erste Übung: Verneinung von -ki- durch -sipo-

a)

Msipolala mtachoka mapema kesho.	Wenn ihr nicht schlaft, werdet ihr morgen früh müde werden.
Msipopita sokoni hamtaweza kununua vitambaa.	Wenn ihr nicht auf den Markt geht, werden ihr keine Tücher kaufen können.
Usipopunguza bei sitainunua.	Wenn Du den Preis nicht senkst, werde ich es nicht kaufen.
Msiponunua ticket leo hamtaweza kusafiri kesho.	Wenn ihr heute keine Tickets kauft, könnt ihr morgen nicht reisen.

b)

Usipokumbuka sema tu.	Wenn Du Dich nicht erinnerst, sag es einfach.

Asipomeza dawa lake ataumwa.	Wenn er seine Medizin nicht einnimmt, wird er krank.
Joto isipozidi matunda hayataoza.	Wenn es nicht heißer wird, werden die Früchte nicht verfaulen.
Msipokunywa maji ya kutosha mtaumwa.	Wenn ihr nicht genug Wasser trinkt, werdet ihr krank werden.

9.2. Zoezi la pili/ Zweite Übung: Verneinung von -ki- durch -sipo-

1. Asipopiga kelele hatutatoka nje. – Wenn er keinen Lärm macht, werden wir nicht nach draußen gehen.
2. Msipofanya mazoezi mtasahau kiswahili. – Wenn ihr keine Übungen macht/nicht übt, werdet ihr Kiswahili vergessen.
3. Maji yasipotosha sema tu. Nitaleta mengine. – Wenn das Wasser nicht reicht/ reichen sollte, sag nur/einfach bescheid. Ich werden anderes bringen.
4. Msiposoma kwa bidii hamtajua Kiswahili haraka. – Wenn ihr nicht fleissig lernt, werdet ihr nicht schnell Kiswahili können/[wissen].
5. Asipopumzika wikiendi huanza kuchoka haraka. – Wenn er am Wochenende nicht ruht/ sich nicht ausruht, beginnt er für gewöhnlich früh müde zu sein/ ist er für gewönlich früh erschöpft.
6. Matunda yasipoiva tutanuna mengine sokoni. – Wenn die Früchte nicht reifen, werden wir andere auf dem Markt kaufen.
7. Polisi wasiposimamisha gari letu njiani tutafika mjini mapema. – Wenn die Polizei unser Auto auf dem Weg nicht anhält, werden wir früh in der Stadt ankommen.
8. Chakula kisipotosha ataleta kingine. – Wenn das Essen nicht ausreichen sollte, wird sie noch weiteres bringen.
9. Madawa yakiisha atakwenda kununua mengine. – Wenn die Medikamente ausgehen sollten, wird sie andere kaufen gehen/ wird sie gehen um andere zu kaufen.

10. Ukichelewa kituoni utakosa basi yako. – Wenn du zu spät an der Halstestelle ankommst, wirst Du Deinen Bus verpassen.

9.3. Zoezi la tatu/ Dritte Übung: Verneinung von -ki- durch -sipo-

1. Wenn Du nicht Kiswahili sprichst, verstehen sie nicht. Usiposema kiswahili, hawaelewi./ Usipozungumza kiswahili, hawafahamu.
2. Wenn Du kein Lied singst, wird sie nicht tanzen. – Usipoimba wimbo, hatacheza (ngoma).
3. Wenn zwei Tassen nicht reichen, bringen wir andere Tasssen. – Vikombi viwili visipotosha, tutaleta vikombe vingine.
4. Wenn er die Straße nicht hier überquert, wird er mit einem Daladala zusammenstoßen. – Asipovuka barabara hapa, atagonga na Daladala.
5. Wenn das Kind kein Geschenk bekommt, wird es weinen. – Mtoto asipopata zawadi, atalia.
6. Wenn die Gäste nicht kommen, werden wir nicht zusammen essen können. – Wageni wasipofika, hatutaweza kula pamoja.
7. Wenn Du nicht in die Stadt gehst, kannst Du Dein Geld und Telefon zurücklassen. – Usipoenda mjini, unaweza kuacha pesa yako na simu yako (hapa).
8. Wenn Du das Zimmer nicht verlässt, mach die Fenster nicht zu. – Usipotoka chumbani, usifunge madirisha.

10. Satzbildung mit Objektsilbe

10.1. Zoezi la kwanza/ Erste Übung: Satzbildung mit Objektsilbe

a)

Hajamwona.	Sie hat ihn noch nicht gesehen.
Alinunua kisu, akakiweka mfunkoni.	Er kaufte ein Messer und packte es in die Tasche.

Tuliwaita wote kwa majina yao.	Wie riefen sie alle bei ihren Namen.
Alinichapa na fimbo.	Er schlug mich mit einem Stock.
Gari ilimgonga barabarani.	Ein Auto stieß mit ihm auf der Straße zusammen.
Aliona nguo dukani, akainga, akazinunua.	Sie sah die Kleindung im Laden, ging hinein und kaufte sie.
Walimsalimia.	Sie begrüßten ihn/sie.

b)

Ndege ilipaa na kuwaacha uwanjani.	Das Flugzeug hob ab und ließ sie auf dem (Flug)Feld zurück.
Mama alimwita mtoto wake.	Die Mutter rief ihr Kind.
Aliwaona wakiingia.	Er sah sie als sie eintraten.
Tuliwarudisha nyumbani.	Wir haben sie nach Hause zurück gebracht.
Atawakuta nyumbani.	Er wird sie Zuhause treffen.
Sitaki kumwona tena.	Ich will/ möchte ihn nicht wiederstehen.

10.2. Zoezi la pili/ Zweite Übung: Satzbildung mit Objektsilbe

1. Mwalimu amewauliza wanafunzi maswali mengi. – Der/Die Lehrer*in fragte die Schüler*innen viele Fragen.
2. Nimepanda mihogo. Nitaivuna baada miezi michache. – Ich habe Casava angebaut. Nach wenigen Monaten werde ich sie ernten.
3. Maembe yameoza. Utayatupa? – Die Mangos sind vergammelt. Wirst Du sie wegwerfen?
4. Chakula kiko tayari. Nimekiweka mezani. – Das Esse ist fertig. Ich habe es auf den Tisch gestellt.
5. Basi imejaa abiria. Itawapeleka hadi kijijini. – Der Bus ist voller Fahrgäste. Er wird sie bis aufs/in/zum Dorf transportieren.
6. Mbu wametung'ata sote! – Die Moskitos haben uns alle gestochen/ [gebissen].

10.3. Zoezi la tatu/ Dritte Übung: Satzbildung mit Objektsilbe

1. Kitabu kiko chumbani. Nenda chumbani, utakiona pale. – Das Buch ist im Zimmer. Geh in's Zimmer, dort wirst Du es sehen.
2. • Matunda yapo? □ Ndiyo, yamebaki matatu. Utayanunua yote? – • Gibt es (hier) Obst/Früchte? □ Ja, es sind drei übrig. Wirst Du sie alle kaufen?
3. Watalii wameona wanyama wengi porini na kuwapiga picha nyingi. – Die Touristen haben viele Tiere in der Wildnis gesehen und viele Bilder von Ihnen gemacht.
4. • Ninakupenda. Je unanipenda pia? □ Hapana, sikupendi! • Ich mag/liebe Dich. Magst/Liebst Du mich auch? □, Nein, Ich liebe/mag Dich nicht.
5. Yeye alikuwa mwalimu wetu. Unamkumbuka? – Er/Sie war unsere Lehrerer*in. Erinnerst Du Dich an ihn/sie?
6. Matunda yameiva tayari, tutayakula jioni. Die Früchte sind reif, wir werden sie am Abend essen.
7. Polisi wamemkamata mwizi na kumpeleka gerezani. – Die Polizei hat den Dieb gefangen genommen/geschnappt und ihn ins Gefängnis gebracht.
8. Treni imechelewa kufika, nendeni haraka steheni na mtaikuta. – Der Zug hat sich verspätet/ist verspätet, geht schnell zum Bahnhof/ zur Station und/'dann' werdet ihr ihn antreffen.
9. Sioni simu yangu. Je, umeiona? – Ich sehe meine Telefon nicht. Hast Du es gesehen?

10.4. Zoezi la nne/ Vierte Übung: Satzbildung mit Objektsilbe

1. • Watoto wakikusalimia shikamoo, utajibu nini? □ Nitajibu marahaba. • Wenn Kinder Dich mit shikamoo begrüßen, was antwortest Du? □ Ich antworte marahaba.

2. Asubuhi alinunua vitu vingi sokoni, mchana akavileta nyumbani. – Am morgen kaufte er/sie viele Dinge auf dem Markt, am Mittag brachte er/sie sie nach Hause.

3. Wageni hawakutumia visu wala vijiko. Nilivirudisha jikoni. – Die Gäste haben weder Messer noch Gabeln benutzt. Bring sie zurück in die Küche.

4. Wadudu waliingia jikoni usiku. Niliwaua wote asubuhi na dawa kali. – Die Insekten sind in der Nacht in die Küche hineingekommen. Ich habe sie alle am Morgen mit einem starkem Mittel getötet.

5. Nimesahau zawadi nyumbani. Nitaileta kesho. Ich habe das Geschenk zuhause vergessen. Ich werde es morgen vorbeibringen/herbringen.

6. Lini nitakuona tena? – Wann werde ich Dich wiedersehen?

7. Je, utamtembelea rafiki yako kesho? – Wirst Du morgen deine*n Freund*in besuchen?

8. • Je, utanipigia simu kesho? □ Ndiyo, nitakupigia simu mchana au jioni. – • Wirst Du mich morgen anrufen? □ Ja, ich werde dich am Mittag oder am Abend anrufen.

10.5. Zoezi la tano/ Fünfte Übung: Satzbildung mit Objektsilbe

1. Ich liebe Dich. – Ninakupenda

2. Wir haben Euch gestern in der Kirche gesehen. – Tuliwaona jana kanisani.

3. Wenn Du sie auf dem Markt siehst, komm schnell nach Hause zurück. – Ukimwona sokoni, njoo nyumbani haraka.

4. Das Auto hat sie alle drei angefahren/angestoßen. – Gari imewagonga wote watatu./ Gari iliwagonga wote watatu.

5. Er hat Dich gerufen. Hast Du ihn gehört? – Alikuita. Ulimsikia?

6. Ich habe ihn nicht gehört. Aber ich werde ihn fragen, warum er mich gerufen hat. – Sikumsikia. Lakini nitamwuliza, kwa nini aliniita.

7. Wir haben die Tassen nicht benutzt. Ich werde sie in die Küche zurückbringen. Hatukutumia vikombe. Nitavirudisha jikoni.

8. Er öffnete die Tür, dann trat er ein, dann schloss er sie wieder. – Alifungua mlango, akaingia, akafunga mlango tena.

11. Muda na Tarehe – Uhrzeit und Datum

11.1. Zoezi la kwanza/ Erste Übung: Muda na Tarehe – Uhrzeit und Datum

1. Saa tatu kamili
2. Saa moja na dakika kumi
3. Saa kumi na mbili kasarobo/ Saa kumi na mbili kasoro robo
4. Saa nane kasoro dakika ishirini na tano
5. Saa kumi na moja na robo
6. Saa sita na nusu./ Saa sita u nusu
7. Saa mbili kasoro dakika kumi
8. Saa nane kasoro dakika tano
9. Saa kumi na moja na nusu/ Saa kumi na moja u nusu
10. Saa sita kasoro dakika ishirini
11. Saa tisa kasarobo/ Saa tisa kasoro robo
12. Saa nane na nusu/ Saa nane u nusu
13. Saa tisa kasoro dakika ishirini na tatu
14. Saa nee na dakika moja
15. Saa mbili kasoro dakika ishirini
16. Saa nne na dakika ishirini na tisa
17. Saa kumi na moja na dakika ishirini na mbili
18 Saa kumi kasoro dakika tatu

11.2. Zoezi la pili/ Zweite Übung: Muda na Tarehe – Uhrzeit und Datum

1. • Tafadhali, unaweza kuniambia sasa ni saa ngapi? □ Sasa ni saa saba na nusu. – • Bitte, kannst Du mir mitteilen wieviel Uhr es ist? □ Jetzt ist es 1:30 Uhr/ halb Zwei.

2. • Samahani, nisaidie kujua ni saa ngapi. □ Ngoja… Ah, sasa ni saa mbili kasoro dakika kumi. — • Entschuldige bitte, hilf mir bitte zu wissen wieviel Uhr es ist. □ Warte… Ah, jetzt ist es 7:50Uhr/ zehn Minuten vor Acht.

3. • Samahani hivi sasa ni saa ngapi? □ Sasa hivi ni saa kumi kamili. — • Entschuldigung, wieviel Uhr ist es jetzt gerade? □ Jetzt gerade ist es punkt 4:00/16:00 Uhr.

4. • Je, ni saa ngapi? □ Sasa ni saa sita kasarobo. — • Wieviel Uhr ist es? □ Jetzt ist es 11:45 Uhr/ viertel vor Zwölf.

5. • Saa ngapi je? □ Saa kumi na moja na dikaka kumi na saba. -• Wieviel Uhr? □ Jetzt ist es 5:17/17:17Uhr.

11.3. Zoezi la tatu/ Dritte Übung: Muda na Tarehe – Uhrzeit und Datum

Januari	mwezi wa kwanza
Februari	mwezi wa pili
Machi	mwezi wa tatu
Aprili	mwezi wa nne
Mei	mwezi wa tano
Juni	mwezi wa sita
Julai	mwezi wa saba
Agosti	mwezi wa nane
Septemba	mwezi wa tisa
Oktoba	mwezi wa kumi
Novemba	mwezi wa kumi na mmoja
Desemba	mwezi wa kumi na mbili

11.4. Zoezi la nne/ Vierte Übung: Muda na Tarehe – Uhrzeit und Datum

1. 19/03/2022 - Leo ni tarahe kumi na tisa mwezi wa tatu mwaka elfu mbili na mbili.

2. 02/05/2021 - Leo ni tarehe pili mwezi wa tano mwaka elfu mbili ishirini na moja.

3. 09/06/2024 – Leo ni tarehe tisa mwezi wa sita mwaka elfu mbili ishirini na nne.

4. 10/02/2022 – Leo ni tarehe kumi mwezi wa pili mwaka elfu mbili ishirini na mbili.

5. 24/12/2025 – Leo ni tarehe ishirini na nne mwezi wa kumi na mbili mwaka elfu mbili ishirini na tano.

6. 28/07/1953 – Leo ni tarehe ishirini na nane mwezi wa saba mwaka elfu moja mia tisa hamsini na tatu.

7. 01/05/1949 – Leo ni tarehe mosi mwezi wa tano mwaka elfu moja mia tisa arobaini na tisa.

8. 01/01/2011 – Leo ni tarehe mosi mwezi wa kwanza mwaka elfu mbili kumi na moja.

9. 06/07/1988 – Leo ni tarehe sita mwezi wa saba mwaka elfu moja mia tisa themanini na nane.

10. 05/09/1976 – Leo ni tarehe tano mwezi wa tisa mwaka elfu moja mia tisa sabinini na sita.

11. 09/11/1980– Leo ni tarehe tisa mwezi wa kumi na moja mwaka elfu moja mia tisa themanini.

12. 08/06/1997 – Leo ni tarehe nane mwezi wa sita mwaka elfu moja mia tisa tisini na saba.

13. 04/03/1777– Leo ni tarehe nne mwezi wa tatu mwaka elfu moja mia saba sabinini na saba.

14. 22/02/2022 – Leo ni tarehe ishirini na mbili mwezi wa pili mwaka elfu mbili ishirini na mbili.

11.5. Zoezi la tano/ Fünfte Übung: Muda na Tarehe – Uhrzeit und Datum

1. Luka amezaliwa tarehe ngapi? – Luka amezaliwa tarehe ishirini na tisa mwezi wa nane mwaka elfu moja mia tisa themanini.

2. Luka ameanza shule ya sekondari tarehe ngapi? – Luka ameanza shule ya sekondari tarehe mosi mwezi wa saba mwaka elfu moja mia tisa tisini na nne.

3. Na je, amemaliza shule ya sekondari mwaka gani? – Amemaliza shule ya sekondari mwaka elfu mbili.

4. Luka ameanza shule ya msingi tarahe ngapi? – Luka ameanza shule ya msingi tarehe mosi mwezi wa saba mwaka elfu moja mia tisa themanini na saba.

5. Anna ameolewa tarehe ngapi? – Ana ameolewa tarehe tatu mwezi wa tisa mwaka elfu mbili na mbili.

6. Tarehe ngapi Luka amemaliza shule ya msingi? – Luka amemaliza shule ya msingi tarehe thelathini na moja mwezi wa sita mwaka elfu moja mia tisa tisini na nne.

7. Watoto wa Luka na Anna wamezaliwa tarehe ngapi? – Watoto wa Luka wamezaliwa tarehe tisa mwezi wa tano mwaka elfu mbili na nne.

12. Demonstrativpronomen

12.1. Zoezi la kwanza/ Erste Übung: Demonstrativpronomen

a)

kisu hiki	dieses Messer
mtu huyu	dieser Menschen
embe hili	diese Mango
mkeka huu	diese Matte
habari hii	diese Nachricht
mahali hapa	dieser/ an diesem Ort
usi huu	dieser Faden

b)

visu hivi	diese Messer
watu hawa	diese Menschen
maembe haya	diese Mangos

mikeka hii	diese Matten
habari hizi	diese Nachrichten
nyusi hizi	diese Fäden/ Wolle

c)

kisu kile	jenes Messer
mtu yule	jener Menschen
embe lile	jene Mango
mkeka ule	jene Matte
habari ile	jene Neuigkeit
usi ule	jener Faden

d)

visu vile	jene Messer
watu wale	jene Menschen
maembe yale	jene Mongos
mikeka ile	jene Matten
habari zile	jene Neuigkeiten
nyusi zile	jene Fäden/ Wolle

e)

kisu hicho	das bereits erwähnte Messer
mtu huyo	der bereits erwähnte Mensch
embe hilo	die bereits erwähnte Mango
mkeka huo	die bereits erwähnte Matte
habari hio	die bereits erwähnte Nachricht
usi huo	der bereits erwähnte Faden

f)

visu hivyo	die bereits erwähnten Messer
watu hao	die bereits erwähnten Menschen
maembe hayo	die bereits erwähnten Mangos
mikeka hio	die bereits erwähnte Matten
habari hizo	die bereits erwähnten Nachrichten
nyusi hizo	die bereits erwähnte/n Fäden/ Wolle

12.2. Zoezi la pili/ Zweite Übung: Demonstrativpronomen

1. Vitabu hivi ni vipya au vya zamani? – Sind diese Bücher neu od. alt?
2. Unamwona mtalii yule? Huyo amefika jana. – Siehst Du jene/n Tourist*in. Er/Sie ist gestern angekommen.
3. Mkeka ile ni bei gani? – Wieviel kosten jene Matten?
4. Nimelima shamba lile. – Ich habe jenes Feld bearbeitet.
5. Usipande pikipiki hii. Dreva hajui kuendesha. – Nimm nicht dieses Motorrad. Der Fahrer kann nicht/ weiss nicht zu fahren.
6. Utakuwa na nafasi Ijumaa. Siku hio wageni watafika. – Hast du am Freitag Zeit?/ Bist am Freitag frei? An dem Tag kommen die Gäste an.
7. Watoto hawa waliimba kanisani jana. – Diese Kinder sangen gestern in der Kirche.
8. Nilirudi nyumbani saa kumi. Saa zile nilimkuta nje. – Ich kam um vier Uhr nach hause. Um diese Uhrzeit traf ich ihn/sie draußen.
9. Ninapenda nguo zako. Na zile ni nguo zako pia? – Ich mag Deine Kleidung. Und jene sind auch deine Kleider?

12.3. Zoezi la tatu/ Dritte Übung: Demonstrativpronomen

1. Kikapu hiki ninakipenda. – Diesen Korb mag ich.
2. Visiwa vile tumevitembelea jana. – Jene Inseln haben wir gestern besucht.
3. Mkeka ule nitaununua. – Jene Matte werde ich kaufen.
4. Migomba hii imeota haraka. – Diese Bananenstauden sind schnell gewachsen.
5. Mwanafunzi huyu ni hodari. – Diese/r Schüler*in ist fleissig.
6. Kwa nini wanasiasa hawa hawakwenda Dodoma? – Warum sind die Politiker*innen nicht nach Dodoma gegangen/ gereist?
7. Matunda haya si matamu, ni chungu. – Diese Früchte sind nicht süß, sie sind bitter.
8. Yai lile limeoza? Ist jenes Ei verdorben?

13. Nominalklassen Teil 5 [pa]-Klasse

13.1. Zoezi la kwanza/ Erste Übung: [pa]-Klasse

1. Kama hutapapenda tutaweza kwenda sehemu nyingine. – Wenn Du es hier/ diesen Ort nicht magst, können wir an einen anderen Ort gehen.

2. Hapa nimepapenda sana. – Hier mag ich es sehr.

3. Pale uwanjani panapendeza na pametulia. – Dort auf dem Platz ist es schön und ruhig/ Dort der Platz ist schön und ruhig.

4. Hapa hapana/ hakuna maji. – Hier gibt es kein Wasser.

5. Mahali hapa ni pazuri. – Dier Ort hier ist schön.

13.2. Zoezi la pili/ Zweite Übung: [pa]-Klasse

Pale msituni	kuna miti mingi.
Mtoni kuna	samaki wengi.
Hapa ni pahali	pazuri.
Habari za huko?	Hapo kwema tu.
Nyumbani kwako	tunapapenda.
Penye nia	pana njia.

14. Mgahawani

14.1. Zoezi la kwanza/ Erste Übung: Mgahawani

Muhudumu: Karibuni, mtachukua nini? – Willkommen, was nehmt ihr?

Baraka: Ah, kwanza tunanomba menyu! – Ah, zuerst bitten wir um die Speisekarte

Muhudumu: Hii hapa… – Hier (diese)!

Baraka: Sawa, asante. Neema utakunya nini na utakula nini? – Ok, danke. Neema was wirst Du trinken und essen?

Neema: Nitakunya Soda, yaani Coca Cola baridi na nitakula kuku na chipsy. Na wewe je? – Ich trinke einen Softdrink, also (genauer gesagt) eine kalte Coca Cola und ich esse Hühnchen und Pommes. Und Du?

Baraka: Nitakunywa Stoni na nitakula samaki na wali. Basi nitamwita mhudumu na kuagiza chakula, sawa. – Ich trinke ein ‚Stoni' und essen werde ich Fisch mit Reis. Ok. Ich rufe die Bedienung und bestelle das Essen, ok?

Neem: Sawa. Ah ngoja, badala ya Cola nitakunywa Fanta. – Ok, warte, statt Cola werde ich Fanta trinken.

Baraka: Sawa. Kaka, tuko tayari kuagiza. – Ok, Bruder, wir sind bereit zu bestellen.

Mhudumu: Nam, sema, mtachukua nini? – Bitte, sagt an, was nehmt ihr?

Baraka: Lete Fanta ya baridi na Stoni Tangawizi. Halafu mimi nitakula samaki na wali na yeye utamleta kuku na chipsy. – Bring (uns) eine kalte Fanta und ein Ingwer Stoni. Danach werde ich Fisch und Reis essen und ihr bring ihr Hünchen und Pommes.

Mhudumu: Samaki hakuna. Imeisha. – Fisch gibt es keinen. Er ist alle.

Baraka: Ala! Basi utanileta kuku na chipsy pia. – Ah! Na dann bring mir auch Hünchen und Pommes.

Mhudumu: Sawa… - Ok.

Baada ya chukla. – Nach dem Essen.

Baraka: Kaka, tunaomba kulipa. – Bruder, wir ‚bitten um'/möchten zahlen.

Mhudumu: Haya, jumla ni shilingi elfu kumi na mbili mia tano. – Ok, zusammen sind es 12.500 Tsh.

Baraka: Haya, chukua hii hapa. – Ok, nimm das hier.

Mhudumu: Asante, ngoja nitakuletea chenji. – Danke, warte ich bringe Dir das Wechselgeld.

Baraka: Acha tu. Ni sawa tu. – Lass nur. Es ist ok (so).

Muhudumu: Ninakushukuru. Asante. – Ich danke Dir. Danke.

14.2. Zoezi la pili/ Zweite Übung: Mgahawani

Baraka na Neema wameenda wapi?	b) Baraka na Neema wameenda mgahawani.

	c) Baraka na Neema wameenda kula chakula.
Baraka anaagiza nini?	a) Anaagiza Soda na chukula.
Chakula gani kimeisha?	c) Kwa bahati mbaya samaki imeisha.
Wanakula nini?	a) Wote wawili wanakula chipsy na kuku.
Baraka na Neema wanalipa shilingi ngapi?	b) Wanalipa elfu kumi na mbili mia tano na pia Baraka anampa tip mhudumu.

15. Subjunktiv

15.1. Zoezi la kwanza/ Erste Übung: Subjunktiv

1.	Njoo!	Uje	Komm (bitte)/ Du mögest kommen.
2.	Wewe soma!	Usome	Ließ (bitte)/ Du mögest lesen.
3.	Nyinyi sikilizeni!	Msikilizeni	Ihr möget zuhören.
4.	Wao - Kwenda	Waende	Sie mögen gehen.
5.	Mimi – soma (?)	Nisome?	Soll ich lesen?
6.	Wewe - lipia - wao	Uwalipie	Du mögest sie bezahlen.
7.	Yeye - rudi	Arudi	Er/Sie möge zurückkehren.
8.	Sisi - kwenda	Twende	Wir mögen gehen/ Lass uns gehen.
9.	Wewe – peleka – wao - shule.	Uwapeleke shule	Du mögest sie bitte zur Schule bringen.
10.	Wewe – yeye - kuelezea	Umwelezee	Du mögest es ihm/Ihr erklären.

11	Wewe – Mimi – kusaidia	Unisaidie	Hilf mir bitte. Du mögest mir helfen.
12	Yeye – kulipa	Alipe	Er möge bezahlen.
13.	Karibu wewe kaa.	Ukae	Du mögest sitzen./ Setz dich bitte.

15.2. Zoezi la pili/ Zweite Übung: Subjunktiv

a)

Unirudishie nyumbani!	Bring mich nach Hause zurück!
Mwimbeni wimbo wa nyumbani!	Singt ein Lied aus Eurer Heimat!
Ukimbie mpaka pale!	Lauf bis dort hin!
Umpatie kidogo!	Gib ihm/ihr ein wenig!
Unipigie simu kesho!	Ruf mich bitte morgen an!
Tumtembelee?	Sollen wir ihn/sie besuchen?

b)

Amlipie mshahara wake.	Er möge ihm sein Gehalt zahlen.
Anyoe ndevu zake.	Er soll(te) seinen Bart schneiden.
Nipatie mbili!	Gib mir zwei!
Niletee menyu!	Bring mir die Speisekarte!
Wanyamaze!	Sie sollen ruhig sein!

c)

Tuwatembelee.	Lasst uns sie besuchen.
Umpatie nafasi!	Lass ihr Platz./Gib ihr eine Chance.
Umwone!	Schau ihn an!
Niwaalike pia?	Soll ich sie ebenfalls einladen?
Uwaalike pia!	Lade sie ebenfalls ein.
Bora wakae.	Besser (ist es) sie sitzen.

16. Verneinung des Subjunktiv

16.1. Zoezi la kwanza/ Erste Übung: Verneinung des Subjunktiv

1.	Wewe njoo!	Usije!	Du mögest/ solltest nicht kommen. / Bitte kommt nicht.
2.	Wewe soma!	Usisome!	Du mögest/solltest nicht lesen. / Ließ bitte nicht.
3.	Nyinyi sikilizeni!	Msisikilizeni!	Ihr möget/ solltet nicht zuhören. / Hört bitte nicht zu.
4.	Waende pale!	Wasiende pale!	Sie mögen/ sollen nicht dort hingehen.
5.	Nikutaje?	Nisikutaje?	Ich möge/soll Dich nicht nennen?
6.	Waimbe!	Wasiimbe!	Sie mögen/sollten nicht singen,
7.	Acheke!	Asicheke!	Er/Sie möge/ sollte nicht lachen.
8.	Walale!	Wasilale!	Sie mögen/sollten nicht schlafen.
9.	Ushuke!	Usishuke!	Du mögest/ solltest nicht aus/absteigen. Bitte steige nicht aus/ ab.
.10.	Watoroke!	Wasitoroke!	Sie mögen/sollten nicht ausbrechen/weglaufen
11	Umpige!	Usimpige!	Du mögest/solltest sie/ihn nicht schlagen/ Bitte schlag ihn/sie nicht.
12	Ulie!	Usilie!	Du mögest/solltest nicht weinen. Weine bitte nicht.
13.	Ukatae!	Usikatae!	Du mögest/ solltest Dich nicht ablehnen. Lehne bitte nicht ab.

16.2. Zoezi la pili/ Zweite Übung: Verneinung des Subjunktiv

a)

Usiende karibu!	Gehe nicht nahe ran!
Msiibe!	Ihr sollt nicht stehlen!
Usiwaangalie usoni!	Schau ihnen nicht in's Gesicht!
Wasimpigie simu leo!	Sie sollen ihn heute nicht anrufen!
Msirudie tena!	Macht (es) nicht wieder!
Usicheke!	Lach nicht!

b)

Asinisumbue!	Sie soll mich nicht stören!
Usimsumbue pia!	Störe Du sie auch nicht!
Msilale darasani!	Schlaft nicht in der Klasse!
Asitoke nje usiku!	Er soll nachts nicht raus gehen!
Usikatae!	Lehne es nicht ab!

c)

Usije ukachelewa!	Verspäte dich bloß nicht!
Usije ukatusahau!	Vergiss uns bloß nicht!
Usije ukamtisha!	Erschrecke ihn bloß nicht!
Msije mkarudi mapema!	Kommt bloß nicht zu früh zurück!
Msije mkamsahau!	Vergesst ihn bloß nicht!
Wasije wakaumwa!	Sie sollen bloß nicht krank werden!

Umefanikiwa – Du hast es geschafft ☺